நூறு நிலங்களின் மலை

ஜெயமோகன்

பிறந்தது 1962, ஏப்ரல் 22ல். பள்ளி நாள்களில் 'ரத்னபாலா' என்கிற சிறுவர் இதழில் முதல் கதையை எழுதினார். 1987ல் 'கணையாழி'யில் எழுதிய 'நதி' சிறுகதை பரவலாகக் கவனம் பெற்றது. 1988ல் எழுதப்பட்ட 'ரப்பர்' நாவல் அகிலன் நினைவுப் போட்டியின் பரிசைப் பெற்றது. இது தவிர கதா விருதும் சம்ஸ்கிருதி சம்மான் தேசிய விருதும் பெற்றுள்ளார். இவர் எழுதிய 'விஷ்ணுபுரம்' தமிழ் இலக்கிய உலகில் பெரிய கவனத்தைப் பெற்றதோடு விவாதத்தையும் ஏற்படுத்தியது. இவரது படைப்புகள் தொடர்ந்து தமிழ் இலக்கிய உலகில் அதிர்வலைகளையும் புதிய சாத்தியங்களையும் ஏற்படுத்திய வண்ணம் உள்ளன. தமிழ் மற்றும் மலையாளத் திரைப்படத் துறைகளிலும் இவரது பங்களிப்பு தொடர்கிறது.

கிழக்கு பதிப்பக வெளியீடுகளாக ஜெயமோகனின் புத்தகங்கள்

வெண்முரசு (மகாபாரதம் நாவல் வடிவில்)

முதற்கனல்

மழைப்பாடல்

வண்ணக்கடல்

நீலம்

பிரயாகை

வெண்முகில் நகரம்

இந்திரநீலம்

காண்டீபம்

வெய்யோன்

பன்னிரு படைக்களம்

சொல்வளர்காடு

கிராதம்

மாமலர்

வெண்முரசு (நாவல் பகுதிகள்)

எரிமலர்

புல்லின் தழல்

செம்மணிக்கவசம்

இருள்விழி

ஆயிரம் கைகள்

பிற நூல்கள்

விஷ்ணுபுரம்

ஏழாம் உலகம்

உலோகம்

கன்னிநிலம்

ஊமைச்செந்நாய்

ஜெயமோகன் சிறுகதைகள்

ஜெயமோகன் குறுநாவல்கள்

விசும்பு (அறிவியல் புனைகதைகள்)

பேய்க்கதைகளும் தேவதைக்கதைகளும்

நாவல் (கோட்பாடு)

சாட்சிமொழி

முன்சுவடுகள்

வாழ்விலே ஒரு முறை

லோகி (லோகிதிதாஸ் நினைவு)

நவீன தமிழ் இலக்கிய அறிமுகம்

புதியகாலம் (இலக்கிய விமர்சனம்)

இன்று பெற்றவை (நாட்குறிப்புகள்)

சிலுவையின் பெயரால்

இந்து ஞான மரபில் ஆறு தரிசனங்கள்

இந்திய ஞானம்

அண்ணா ஹசாரே

அபிப்பிராய சிந்தாமணி

சொல்முகம்

தனிக்குரல்

புல்வெளிதேசம் (ஆஸ்திரேலிய பயணக்கட்டுரை)

அருகர்களின் பாதை

இந்தியப் பயணம்

நூறு நிலங்களின் மலை

குகைகளின் வழியே

சூரியதிசைப் பயணம்

ஈழ இலக்கியம்

இலக்கியவிவாதக் கட்டுரைகள்

நூறு நிலங்களின் மலை

ஜெயமோகன்

நூறு நிலங்களின் மலை
Nooru Nilangalin Malai
Jeyamohan ©

First Edition: September 2017
128 Pages

ISBN 978-93-86737-15-1
Kizhakku - 1025

Kizhakku Pathippagam
177/103, First Floor,
Ambal's Building, Lloyds Road,
Royapettah, Chennai - 600 014.
Ph: +91-44-4200-9603

Email : support@nhm.in
Website : www.nhm.in

 kizhakkupathippagam
 kizhakku_nhm

Photos: Wikimediacommons, Jeyamohan, Ajithan, Shutterstock

Author's Email: jeyamohan.writer@gmail.com

Author's Website: www.jeyamohan.in | venmurasu.in

Kizhakku Pathippagam is an imprint of New Horizon Media Private Limited.

முத்துக்கிருஷ்ணனுக்கு அன்புடன்

வழித்தடம்

காஷ்மிர் - லடாக் - லே

சோனாமார்க், கார்கில்

சங்கூ - கார்ட்ஸே கார் புத்தர்

ஸூரு சமவெளி

ரங்தூரம் மடாலயம், பர்க்காசிக் பனிப்படுகை

ஸன்ஸ்கர் சமவெளி

பென்ஸீலா கணவாய், த்ராங் த்ரங் பனிப்படுகை

டோடா சிகரம்

பியாமா கும்பு, அபாத்தி புத்தர்

லே நகரம்

முல்பெக், லாமாயுரு மடாலயம்

நுப்ரா சமவெளி

கார்டெங்லா கணவாய்

ஹண்டர் மணல்மேட்டில் ஒட்டகப்பயணம்

யராப் ஸோ ஏரி, திஸ்கித் மடாலயம்

சங் லா கணவாய், பாங்கோங் ஏரி

ஷே நகரம், திக்ஸே மடாலயம்

மூர் சமவெளி

லே - மணாலி நெடுஞ்சாலை

விண்ணுக்கு அருகில்...

இந்தியப்பயணம் சென்றுகொண்டிருந்தபோதுதான் லடாக் செல்லும் எண்ணம் வந்தது. காஷ்மீர் முதல் கன்யாகுமரி வரை என்பதுதான் கணக்கு. ஆனால் லடாக்தான் இந்தியாவின் வட எல்லை. சொல்லப் போனால் போங்கோங் ஏரி. இந்தியாவுக்கும் சீனாவுக்குமான பொது நீர்நிலை அது.

பல திட்டமிடல்களுக்குப்பின் பயணத்தை தொடங்கினோம். இப் பயணத்தில்தான் உலகிலேயே அபாயகரமான சாலைகளில் சென்றோம். சில இடங்களில் பெரிய பாறையில் பேன் ஊர்ந்து செல்வதுபோல எங்கள் வண்டி சென்றது. காலடியில் அதல பாதாளத்தில் ஆறுகள் வெள்ளிநூலெனச் சென்றன.

வழக்கமாக அஞ்சுவதில்லை. லடாக் பயணத்தில் மிக அஞ்சினேன், ஏனென்றால் என் மகன் அஜிதன் உடனிருந்தான். கவிஞர் தேவதேவனை கூட அழைத்துச்சென்றிருந்தேன். ஒருவழியாக மீண்டபின்னர்தான் லடாக் பெரும்கனவுநிலமாக என்னுள் திறந்துகொண்டது.

லடாக் ஒரு நிலம் அல்ல. அங்கே சோலைவனங்கள் உள்ளன. பனிப் பாளங்கள் உள்ளன. பாலைவனங்கள் உள்ளன. நன்னீர் ஏரிகள் உள்ளன. ஏன் பாங்காங் ஏரி என்னும் குட்டிக் கடலே உள்ளது. உப்புநீர் அலையடிக்கும் கடல்குழந்தை அது.

லடாக் பயணம் ஒரு கனவுநடை என நினைவிலிருக்கிறது. பௌத்தம் வாழும் நிலம். அந்நிலத்திற்கு பௌத்தமே பொருத்தம். பௌத்தம் ஓசையற்ற மதம். வான்முட்ட நிமிர்ந்து பனிசூடி அமைதியில் புதைந்து

நிற்கும் மலைமுகடுகளை நோக்கி தியானிக்கும் மதம். மடாலயங்களின் மணியோசையின் ஓங்காரம் இல்லாமல் இமையமலைகளை எண்ணிப் பார்க்க முடியாது.

இப்பயணத்தில் நாங்கள் அடிக்கடி எண்ணிக்கொண்ட நண்பர் லண்டன் முத்துக்கிருஷ்ணன். சமணப்பயணத்தில் உடனிருந்தவர். காட்ஜெட் முத்து என செல்லமாக அழைக்கப்படுபவர். அவருக்கு லடாக் வரும் ஆசை இருந்தது. சொல்லப்போனால் அவர்தான் அதை முதலில் சொன்னார். அவர் லண்டனிலிருந்து வரமுடியாமல்போனது.

இந்த நூலை காட்ஜெட் முத்துவுக்கு சமர்ப்பணம் செய்கிறேன்.

ஜெயமோகன்
ஆகஸ்ட் 2017

1

நித்ய சைதன்ய யதியின் மாணவரான ஷெளகத் அலி நித்யாவின் மறைவுக்குப்பின் கிட்டத்தட்ட நாலாண்டுக்காலம் இமயத்தில் அலைந்த அனுபவங்களை 'இமயத்தில்' என்ற பயணக்கட்டுரைநூலாக மலையாளத்தில் எழுதினார். நீண்ட இடைவேளைக்குப்பின் உஸ்தாதை திருவண்ணாமலையில் பவா செல்லத்துரையின் நண்பராகச் சந்தித்தேன். அவர் கேரள சாகித்ய அகாதமி விருது பெற்ற அந்நூலை அளித்தார். அதை வாசித்தபோது மீண்டும் இமயப்பயணம் பற்றிய கனவை அடைந்தேன்.

அக்கனவு எப்போதும் என்னுடன் இருந்துகொண்டிருந்த ஒன்றுதான். எப்போதென்று சொல்லவேண்டுமென்றால் என் இளமையின் அந்தரங்கத்திற்குள் செல்ல வேண்டும். சிவன் வீற்றிருக்கும் கைலாயம் என்ற வெண்பனிமலையின் காலண்டர் ஓவியங்கள்தான் எழுத்தறியா வயதிலேயே அக்கனவை உள்ளூர விதைத்திருக்கவேண்டும். அற்புதமான கதைசொல்லியான என் அம்மா புராணக்கதைகள் வழியாக அக்கனவை வளர்த்திருக்கவேண்டும். மன்னும் இமய மலையெங்கள் மலையே என்ற வரி பிறகெப்போதோ ஒளியுடன் உள்ளே வந்து தங்கிவிட்டது. வாசிக்க ஆரம்பித்த ஆரம்பகட்ட நூல்களிலேயே இமயத்தைப்பற்றிய சித்திரங்கள் வர ஆரம்பித்துவிட்டன.

சிறுவயதில் நான் என் கற்பனையில் பல்லாயிரம் முறை இந்த மலைச்சரிவுகளில் உலவியிருக்கிறேன். குட்டிக்குட்டி மண்மேடுகளில் குப்புறப்படுத்துக்கொண்டு அவற்றை இமயமலையடுக்குகளாக பிரம்மாண்டமாக்கியிருக்கிறேன். எறும்புகள் யானைக்கூட்டங்களாக, வெண்மணல் பனியடுக்குகளாக அது எனக்குள் விரிந்துகொண்டே சென்றிருக்கிறது. எந்த மலையையும் இமயத்துடன் ஒப்பிட்டுக்

கொண்டிருக்கிறேன். ஆம், நீரெல்லாம் கங்கை என்பதுபோல மலையெல்லாம் இமயம்தான்.

நான் என்னை ஒரு பயணியாக எண்ணிக்கொள்ள ஆரம்பித்ததும் அப்போதுதான். அ.லெ.நடராஜன் எழுதிய சுவாமி விவேகானந்தரின் வாழ்க்கை வரலாறு அக்காலத்தில் என்னை ஆட்கொண்ட முக்கியமான நூல். நான் ஏழாம் வகுப்பு படிக்கையில் ஒரு போட்டியில் அது எனக்குப்பரிசாகக் கிடைத்தது. அதில் என்னைக் கவர்ந்தது சுவாமிஜி அவரது பவிராஜக வாழ்க்கையில் இமயமலையடுக்குகளிலும் கீழே விரிந்துகிடந்த இந்தியப்பெருநிலத்திலும் செய்த பயணங்கள். நூற்றுக்கணக்கான முறை அந்நூலில் அந்தப் பயணப்பகுதிகளை வாசித்திருக்கிறேன்.

அதன்பின் பயண எழுத்தாளர்கள் மீது எனக்கு பெரும் ஈடுபாடு ஏற்பட்டது. மலையாள எழுத்தாளர் வெட்டூர் ராமன்நாயர் எழுதிய புரி முதல் நாசிக் வரை என்ற பயணக்கட்டுரைநூல் இந்தியா என்ற நிலப்பரப்பை என்னுள் நிலைநாட்டியது. தீராப்பயணியான எஸ்.கெ.பொற்றேக்காட்டின் பயணக்கட்டுரைகளுக்காக நூலகங்களில் தேடி அலைந்தேன். தமிழில் தொ.மு.பாஸ்கரத்தொண்டைமான், ந.சுப்புரெட்டியார், பரணீதரன் ஆகியோரின் ஆலயப்பயணங்கள். அங்கிருந்து பின்னகர்ந்து ஏ.கே.செட்டியாரின் பயணநூல்கள். அதற்கும் முன்பு சென்று தமிழின் முதல் பயணநூல் என்று சொல்லத்தக்க பகடாலு நரசிம்மலு நாயுடுவின் தென்னகயாத்திரை என நான் வாசிக்காத பயணநூல்கள் தமிழில் குறைவே.

வீட்டைவிட்டுக்கிளம்பி பயணம்செய்ய ஆரம்பித்த முதிரா இளமையிலேயே கங்கைக்கும் இமயமலைக்கும்தான் வந்தேன். அன்று உத்தரகாசி முதல் கேதார்நாத் வரை துறவியாக நடந்தே சென்றேன். அன்று கண்ட இமயம் ஒருபக்கம் என்னுடைய எல்லா கற்பனை களையும் சிறிதாக்கி ஓங்கி எழுவதாக இருந்தது. மறுபக்கம் அதன் ஒவ்வொரு மடிப்பும் ஆழமும் எனக்கு நன்கு அறிமுகமானதாகவும் இருந்தது. நான் அதுவரை காணாத என் முதுமூதாதையர் முகங்கள் போலிருந்தன கைலாயமும் கஞ்சன் ஜங்காவும். அதன்பின்பு எண்பத்தி யெட்டில் தனியாக மீண்டும் இமயம் வந்தேன். கங்கோத்ரியையும் யமுனோத்ரியையும் கண்டேன்.

எழுத்தாளனாக அறியப்பட்டபின் சமீபத்தில் நண்பர்களுடன் ஏற்கெனவே இருமுறை இமயப்பயணங்கள் செய்திருக்கிறேன். 2008ல் நானும் வசந்தகுமாரும் யுவன் சந்திரசேகரும் கிருஷ்ணனும் அரங்கசாமியும் கோவை அருணும் ஹரித்வார் கும்பமேளாவுக்குச் சென்றோம். அங்கிருந்து கங்கையில் குளித்தபடியே மலையேறி

ருத்ரபிரயாக் வரை சென்று மீண்டோம். அதன்பின் 2010ல் நானும் வசந்தகுமாரும் யுவன் சந்திரசேகரும் கே.பி.வினோத்தும் அரங்கசாமியும் கிருஷ்ணனும் செந்தில்குமார்தேவனும் தங்கவேலும் வங்காளம் வழியாக சிக்கிம் மற்றும் பூட்டானுக்குச் சென்றோம்.

அவை இமயத்தின் மையமும் கிழக்கும். இம்முறை இமயத்தின் மேற்கே ஒரு பயணம் சென்றாலென்ன என்று கிருஷ்ணனிடம் சொன்னேன். என்னுடைய அலுவல்கள் காரணமாக பயணம் பிந்திச் சென்றுகொண்டே இருந்தது. அத்துடன் வரவிருந்த பல நண்பர்கள் நின்றுவிட புதியவர்களைச் சேர்க்கவேண்டியிருந்தது. முன்னதாகவே விமான இருக்கைகள் முன்பதிவு செய்துகொண்டமையால் அதிக செலவில்லாமல் ஏற்பாடுகளைச் செய்துகொண்டோம். ஆனால் நண்பர் சேலம் பிரசாத்தின் திருமணம் காரணமாக தேதியை மீண்டும் மாற்றி விமான முன்பதிவை மாற்ற நேர்ந்தது.

25 ஆம் தேதி நானும் என் மகன் அஜிதனும் பேருந்தில் பெங்களூர் வந்தோம். அங்கே ஒரு நண்பர் சந்திப்பு ஏற்பாடாகியிருந்தது. நண்பர் ஷிமோகா ரவி இல்லத்தில். கிட்டத்தட்ட ஐம்பது நண்பர்கள் சந்தித்துப் பேச வந்திருந்தார்கள். காலையிலேயே தேவதேவன் வந்திருந்தார். மாலையில் ஈரோட்டில் இருந்து கிருஷ்ணனும், கிருஷ்ணராஜும் வந்தனர். நள்ளிரவில் ராஜமாணிக்கம் வந்தார். மாலையில் கடை வீதிக்குச்சென்று எனக்கு மலைப்பயணத்துக்கான சப்பாத்துக்கள் வாங்கிக்கொண்டேன்.

அதிகாலையில் விமானம். கிருஷ்ணராஜ் கடைசியில் வந்து சேர்ந்த வராதலால் அவருக்கு மும்பை வழியாக தனி விமானம். எங்களுக்கு டெல்லி வழியாக ஸ்ரீநகர். காலை ஆறரை மணிக்கு ஷிமோகா ரவி பெங்களூர் விமானநிலையத்துக்கு வந்து ஏற்றிவிட்டார். டெல்லி விமான நிலையத்தில் இறங்கிய எங்களை இறக்கி விமான ஓடுபாதையி லேயே நடக்கவைத்து கூட்டிச்சென்று ஸ்ரீநகர் விமானத்தில் கொல்லைப் பக்கம் வழியாக ஏற்றிவிட்டனர். முதலில் காலியாக இருந்த விமானம் கிளம்பும்போது பெரும்பாலும் நிறைந்துவிட்டது.

எனக்கு முன்வரிசையில் நடு இருக்கை. விமானம் எழுந்ததும் பின்னால் காலியாக இருந்த சன்னலோர இருக்கையில் சென்று அமர்ந்து கொண்டேன். டெல்லியில் இருந்து வடக்காகச் செல்லும் விமானப் பயணம் எப்போதுமே முக்கியமானது. யமுனையும் கங்கையும் தெரியும். மிக விரைவிலேயே இமயம். இமயப்பயணம் செல்பவர் களுக்குத்தெரியும், பனிமலைச்சிகரத்தின் முதல் காட்சி என்பது எப்போதுமே பரவசமூட்டக்கூடியது.

கீழே கங்கை கலங்கலாக ஓடியது. செந்நிறமான ஒரு பெரிய வேர்ப்பரப்பு போல அதன் கிளைகள். பின்பு அடர்ந்த வெண்ணிற மேகம் வந்து மூடிக்கொண்டது. பட்டுத்திரைக்குள் விமானம் குலுங்கி அதிர்ந்து சென்றது. ஒரு கணத்தில் திரை சரேலென பின்பக்கம் இழுபட்டு மறைய விமானத்தின் சிறகுகளுக்கு அப்பால் வெண்பனிக் கூட்டங்கள் ஒளியில் குளித்து பிரமித்தவை போல நின்றிருந்தன. கனவு நனைந்து கனத்த மனத்துடன் அந்த வடிவற்ற வடிவப்பெருவெளியை பார்த்துக்கொண்டிருந்தேன். சில நிமிடங்களுக்குப்பின்புதான் அவற்றினூடாகத் தெரிந்த பனிமலைமுகடுகளைக் கண்டடைந்தேன். அவை வேறுவகை மேகங்கள் போலிருந்தன. உறைந்து படிந்த மேகங்கள்.

பனிமலைகளைப் பார்த்தபடியே அமர்ந்திருந்தேன். கூம்புக்கூரைகள் மீது பதிக்கப்பட்ட வெள்ளிக்கவசங்கள். பெரிய கரும்பசு மீது வெள்ளை வட்டங்கள். திமிங்கலங்களின் மீது வெண்கொழுப்புப் படிவு. மலையுச்சி என்பது மண்ணுக்கும் விண்ணுக்குமான ஒரு தொடர்புப் புள்ளி. பனிமலையுச்சியில் வானம் இன்னும் சற்றுக்கனிந்து கீழிறங்கித் தழுவியிருக்கிறது.

ஸ்ரீநகரில் விமானம் தரைதொட்டது. 1985க்குப்பின் நான் ஸ்ரீநகர் வருகிறேன். அன்று தரைவழியாக வந்தேன். இரண்டே நாட்களில் குளிர் தாங்காமல் திரும்பி ஓடிவிட்டேன். நகரின் சில பகுதிகளையும் டால் ஏரியையும் மட்டும்தான் அன்று கவனித்தேன். விமானநிலையம் திருவனந்தபுரம் விமானநிலையம்போல கைக்கடக்கமாக, வீட்டுச் சூழலுடன் இருந்தது. விமானத்தில் இருந்து இறங்கி நடந்தே உள்ளே சென்றோம். குளிர் பெரிதாக இல்லை.

கிருஷ்ணராஜ் வந்து சேர மேலும் ஒருமணிநேரம் ஆகும். விமான நிலையத்திலேயே காத்திருக்கவேண்டியதுதான். எங்கள் ஓட்டுநர் வந்திருக்கிறாரா என்று அலைபேசியில் அழைத்தோம். எண் கிடைக்க வில்லை. ஓட்டுநரை ஏற்பாடு செய்து தந்த சரவணன் என்ற நண்பரின் எண் கிருஷ்ணராஜிடம் இருந்தது. விமானநிலையத்தில் பலபகுதிகளில் சந்தடியே இல்லை. அப்போதுதான் கட்டுமான வேலை நடந்து கொண்டிருந்தது. ஒரு விமானம் வந்து சந்தடி அடங்கியபின் அப்பகுதியே ஆழ்ந்த அமைதியில் மூழ்கியது. பட்டாணிய முகம் கொண்ட நாலைந்து காவலர்கள் ஆயுததாரிகளாக அமர்ந்திருந்தனர். இதமான சோம்பல் முகங்களில் தெரிந்தது. கேள்வி ஏதும் கேட்கவில்லை.

ஒன்றரை மணிநேரம் கழித்து கிருஷ்ணராஜ் வந்து இறங்கினார். சரவணனைக் கூப்பிட்டோம். ஓட்டுநர் ஜம்முவில் இருந்து முந்தைய நாளே வந்து ஸ்ரீநகரில் தங்கியிருப்பதாகவும், விமானநிலையத்துக்கு வெளியே வந்து நிற்பதாகவும் சொன்னார். அவரது எண் ஸ்ரீநகருக்கு

வரும்போது இன்னொன்று. அதை கிருஷ்ணனுக்குத் தெரிவித்திருந்தார் சரவணன். கிருஷ்ணன் அலைபேசியைக் கொண்டுவரவில்லை.

ஓட்டுநரிடம் பேசினோம். வெளியே சென்றபோது மெலிந்த இளம்கூனல் கொண்ட, ரிதிக் ரோஷனுக்கு தூரத்துச் சொந்தம் போன்ற, ஓட்டுநர் வந்து கைகொடுத்தார். தாடியில்லாத சீக்கியர் அவர். அவரை நாங்கள் காகா என்று அழைத்தோம்.

நேராக ஒரு பஞ்சாபி ஓட்டலுக்குச் சென்றோம். செல்லும் வழி முழுக்க ஸ்ரீநகரைப் பார்த்தபடி இருந்தேன். எண்பதுகளில் ஸ்ரீநகரின் எல்லா கட்டடங்களும் பழைமையானவை. மண்ணைக்கொண்டு கட்டி மரத்தால் கூரையிடப்பட்ட இரண்டுக்குக் கட்டடங்களே அங்கே அதிகம். கால்நூற்றாண்டுக்காலத்தில் நகரம் நிறையவே மாறியிருந்தது. இந்தியாவின் எந்த ஒரு சுற்றுலாநகரையும்போலத்தான். ஆனால் பிற சுற்றுலாநகரங்கள் இன்னும் அதிகமாக நவீனமயமாகியிருக்கும். ஸ்ரீநகரில் இன்னும் கொஞ்சம் பழைமையான கட்டடங்கள் எஞ்சியிருந்தன. பல கட்டடங்கள் மறுகட்டமைப்புக்காக பாதி இடிக்கப்பட்ட நிலையில் இருந்தன.

சுற்றுலாப்பயணிகளுக்காகவே இயங்கியது நகரம். கடைகளில் காஷ்மீர் சால்வைகள், கம்பளங்கள், கலைப்பொருட்கள். பல்வேறுவகையான உணவகங்கள். தெருவியாபாரிகள். செப்டெம்பர் என்பது அங்கே சுற்றுலாப்பருவம் அல்ல. ஆனால் கார்கள் மலிந்துவிட்ட இக்கால கட்டத்தில் எல்லா சுற்றுலாமையங்களிலும் எல்லா பருவங்களிலும் கூட்டமிருக்கிறது. வெள்ளைப்பயணிகள் குட்டை ஆடையுடன் இளவெயிலில் அலைந்தார்கள். ஆனால் எனக்கு கோட்டு போட்டுக் கொள்ளும் அளவுக்கு குளிர் அடித்தது.

சப்பாத்தியும் டாலும் சாப்பிட்டுவிட்டு அருகே இருந்த வங்கி யந்திரத்தில் பணம் எடுத்துக்கொண்டேன். டால் ஏரியைச்சுற்றிக் கொண்டு சென்றோம். பிரம்மாண்டமான ஏரி. அதன் விளிம்புகளில் பெரும் படகுவீடுகள். அவற்றை கட்டுமானங்கள் என்றுதான் சொல்ல வேண்டும். அவை அசையக்கூடியவை அல்ல. ஆனால் மிக ஆர்ப்பாட்ட மாக அலங்கரிக்கப்பட்டிருந்தன. பட்டுத்திரைச்சீலைகள், உயர்தர மெல்லிருக்கைகள், சபைக்கூடங்கள். படகுவீடுகளில் எல்லா வகையான ஐரோப்பிய, சீன உணவுகளும் கிடைக்கும் என அறிவிப்புகள் இருந்தன. சிறியபடகுகளில் பட்டுத்திரைச்சீலை அலங்காரங்கள் செய்யப்பட்டு காற்றில் படபடத்தன.

டால் ஏரியின் அளவை அதைச்சுற்றி காரில் செல்லும்போதுதான் உணர முடியும். ஒரு காலத்தில் மிகவசீகரமான ஏரியாக இருந்திருக்கலாம். இப்போது அதன் கரை முழுக்க வணிகமயமாகிவிட்டது. மொத்த

டால் ஏரி

நகரும் அந்த ஏரியை நம்பியே வாழ்ந்துகொண்டிருந்தது. ஏரிக்குள் பல இடங்களில் குப்பைகள் மிதந்தன. நாலைந்து இடங்களில் பெரிய இயந்திரங்களைக்கொண்டு ஏரியின் சங்கிலிப்பாசிகளை அள்ளி படகில் ஏற்றிக்கொண்டிருந்தார்கள்.

எங்கள் திட்டத்தில் ஸ்ரீநகர் இல்லை. நேராகவே கார்கில் சென்றோம். கார்கில் சாலை வழியாக காஷ்மீரின் உள்பகுதிகளைப் பார்த்துக் கொண்டே சென்றோம். இத்தகைய பயணங்களில் உருவாகும் மனநிலை விசித்திரமானது. மனம் சுறுசுறுப்பை இழந்து மந்தமான ஒரு போக்கில் உள்ளுக்குள் ஓடும் எண்ணங்களை ஒரு கண்ணாலும் வெளியே ஓடும் காட்சிகளை இன்னொரு கண்ணாலும் பார்த்தபடி செல்லும். ஆனால் இந்த மனநிலையில் நாம் அள்ளிக்கொள்ளும் அளவுக்கு தகவல்களை, கூரிய மனப்பதிவுகளை எந்த ஆய்வுமன நிலையிலும் அடைவதில்லை. நெடுநாள் நினைவில் நிற்பவை எப்போதும் இத்தகைய தருணங்களில் உள்ளே செல்லக்கூடியவைதான். ஆழ்மனம் திறந்திருக்கும் நிலை அது என்று சொல்லலாம்.

காஷ்மீரில் அது கோடைகாலம். ஆகவே எங்கும் ஒரு வித உற்சாகம் தென்பட்டது. கண்களைக் கூசச்செய்யாத வெயிலில் வயல்களில் கோதுமைக்கற்றைகளை அறுவடைசெய்து சிறு குவியல்களாக

வயல்களிலேயே காயவிட்டிருந்தனர். சல்வார் கமீஸ் அணிந்த பெண்களும் பாண்ட்சட்டைபோட்டு கறுப்புக்கண்ணாடி அணிந்த ஆண்களும் வயல்வேலைசெய்வது தமிழகத்துப்பார்வைக்கு ஆச்சரியம் அளிப்பது. ஆப்பிள் மரநிழல்களில் பெண்கள் அமர்ந்து ஓய்வாகப் பேசிக்கொண்டிருந்தனர். தூயநீர் துள்ளிக்குதிக்கும் ஓடைகளில் பெண்கள் துணிதுவைத்தனர். காஷ்மீரில் எங்குமே புர்க்கா அணிந்த பெண்களைப்பார்க்க நேரவில்லை.

செல்லும்போதே ஒரு சிறு விபத்து. மிகவேகத்தில் மோட்டார் சைக்கிளில் வந்த இரு இளைஞர்கள் எங்கள் காரின் கண்ணாடியை உரசி உடைத்துச்சென்று பின்னால் வந்த கார்மீது மோதிச்சரிந்தனர். ஒருவனுக்கு சற்றுபலமான அடி. இன்னொருவனுக்கு சிராய்ப்பு. சுற்றும் இருந்து கிராமவாசிகள் கூடிவிட்டார்கள். கருத்துகளும் அனுதாபச்சொற்களும் சிதறுவதைக் கேட்கமுடிந்தது. பதினைந்து நிமிடத்தில் எங்கள் கார் மீது பிழை இல்லை என்று சொல்லி போகச் சொல்லிவிட்டார்கள். மதுரை என்றால் யார் எங்கே மோதினாலும் உடனே கார் ஓட்டுநர்களை அடிக்க ஆரம்பித்துவிடுவார்கள் என்பதை நினைத்துக்கொண்டேன்.

மாலை சோனாமார்க் என்ற ஊரில் தங்க முடிவெடுத்தோம். ஸ்ரீநகர்-கார்கில்-லடாக் சாலையில் உள்ள ஒரு சிறிய கிராமம் இது. சென்ற இருபதாண்டுகளில் உருவாகி வந்தது. நாலைந்து தங்கும் விடுதிகளும் ஒரு கடைவீதியும் ஒரு மசூதியும் ஐம்பதுக்கும் குறைவான வீடுகளும் கொண்டது. விடுதி அதிகச் செலவுபிடிப்பதாக இருக்க வில்லை. மூன்று அறைகளுக்கும் ஓட்டுநருக்கு தனிப்படுக்கையும் சேர்த்து இரண்டாயிரத்தைந்நூறுரூபாய்.

மாலையில் விடுதிக்கு முன்னால் இருந்த புல்படர்ந்த மலைச்சரிவில் ஏறிச்சென்றோம். அப்பகுதி முழுக்க மட்டக்குதிரைகளும் கோவேறு கழுதைகளும் மேய்ந்துகொண்டிருந்தன. சோனாமார்க்கில் தங்கும் பயணிகள் அவற்றில் ஏறி அந்தப் பெரிய புல்மேட்டில் சுற்றிவருவது வழக்கம். மேலேறிச்சென்றபோது ஒரு குடும்பம் குதிரைகளில் திரும்ப வந்துகொண்டிருந்தது. பயந்துபோன கைக்குழந்தை ஒன்றை ஒருவர் முழுக்கவே சால்வையால் சுற்றி கண்காதுமூக்கெல்லாம் மறைத்து வயிற்றோடு அழுத்திப்பிடித்திருந்தார்.

ஒரு புல்மேட்டின் மீது ஏறி அமர்ந்து அப்பால் பெரிய மலைகளுக்குப் பின்னால் சூரியன் மறைவதைப் பார்த்தோம். இமயமலைச்சரிவுகள் தென்னக மலைகளைப்போல வளைவுகள் கொண்டவை அல்ல. நேராக சரிந்துசெல்லும் மலைவிளிம்புக்கோடு கண்ணெட்டும் தூரம் வரை சென்று அடுத்த மலையின் காலடியில் மறையக்கூடியது. மாலை

சோனாமார்க் - மட்டக்குதிரைகளும் கோவேறு கழுதைகளும்...

வெளிச்சத்தில் ஒருபக்கம் பொன்னிறமாகச் சிவந்த மண்மலை ஒன்று எங்கள் முன் நிற்க பிற மலைகள் சிவந்து கருகி மெதுவாக இருண்டு மறைந்துகொண்டிருந்தன. இப்பகுதியின் மலைகள் செந்நிறமானவை. ஆகவேதான் இப்பெயர்.

எங்கள் தலைக்குமேலே இரு பனிமலைச்சிகரங்கள் மலைகளுக்கு அப்பால் தெரிந்துகொண்டே இருந்தன. அவற்றை ஜமால் நன்-குன் என்று அறிமுகம் செய்தார். அவர்கள் சகோதரிகள். ஸு ஸு சமவெளியின் உயரமான சிகரங்கள் அவைதான். பயணம் முழுக்க அவை தெரிந்து கொண்டே இருந்தன. கூர் தீட்டப்பட்ட ஈட்டிமுனைகள் போல அவற்றின் பனிமுடிகள் மின்னிக்கொண்டிருந்தன.

இருட்டியபின் நடந்து கீழிறங்கி அறைக்கு வந்தோம். நண்பர்கள் விடுதியில் சாப்பிட அமர்ந்தனர். நான் ஓட்டுநருடன் சென்று சோனாமார்க் கடைவீதிக்குச் சென்று ஆப்பிளும் வாழைப்பழமும் வாங்கி வந்தேன். இரவு எட்டரை மணிக்குக் கூட சோனாமார்க் கடைவீதியில் நடமாட்டம் இருந்தது. பெரும்பாலும் லாரிக்காரர்கள். கொஞ்சம் பயணிகள். தாடிவைத்த முதிய கடைக்காரர் மிகமிக மெதுவாக பொருட்களை எடுத்துத் தந்தார்.

'எங்கிருந்து வருகிறீர்கள்? பீகாரா?' என்றார். நான் 'கன்யாகுமரி' என்றேன். 'ஆ! கன்யாகுமரி... காஷ்மீர் முதல் கன்யாகுமரி வரை...' என்றார். அதை அங்கே எங்குபார்த்தாலும் எழுதிப்போட்டிருந்தனர். 'கன்யாகுமரி எங்கே இருக்கிறது? டெல்லிக்கு அந்தப்பக்கமா?'

சோனாமார்க்

என்ன சொல்வதென்று தெரியவில்லை 'ஆமாம்' என்றேன். தொழில் நுட்பரீதியாக அதில் பிழை இல்லைதானே? இன்னும் இரு ஆப்பிளை எடுத்துப்போட்டு 'இனிய விருந்தினருக்காக' என்றார். புன்னகை செய்த போது அவருக்கு சுருட்டுப்பிடிக்கும் பழக்கம் இருப்பது தெரிந்தது. அவரது தலைப்பாகை ஒட்டிய கன்னம் எல்லாம் ஏதோ ஈரானிய திரைப்படத்தில் காட்சியளித்தவர் என்ற பிரமையை அளித்தன.

அன்றிரவு நன்றாகவே குளிர்ந்தது. ஆனால் குளிருக்கு இதமான கனத்த ரஜாய்களும் கம்பிளிகளும் இருந்தன. பயணக்களைப்பு இருந்தமை யால் நான் உடனடியாகவே தூங்கிவிட்டேன். கடைசியாக கண்ணயரும் போது வீட்டில் இருந்து எவ்வளவு தூரத்தில் இருக்கிறேன் என்ற எண்ணம் முதலில் வந்தது. அந்த விடுதியைச் சுற்றி பிரம்மாண்டமாகச் சூழ்ந்திருந்த மாமலையடுக்குகளின் நினைவு அடுத்தபடியாக வந்தது. யானைகளின் காலடியில் கிடக்கும் பல்லிமுட்டை போல அந்த விடுதியை நினைத்துக்கொண்டேன். வெளியே அந்த மலைகளின் மூச்சொலியாக காற்று ஓசையிட்டது.

2

சோனாமார்க்கின் விடுதியில் காலை ஐந்துமணிக்கே எழுந்து விட்டோம். கார்கில் செல்லும் பாதையை காலை ஏழுமணிக்குத்தான் திறப்பார்கள் என்று விடுதிக்காரர் சொன்னார். விடுதியின் உரிமையாளர் அவராக இருந்தாலும் வெந்நீர் கொண்டு வந்து வைப்பதுவரை அவரே செய்தார். ஜமால் என்று தன் பெயரைச் சொன்னார். ஷியா முஸ்லிம் என்று தெரிந்தது. அவரது மகன்களும் இருவேலைக்காரர்களும் இணைந்து அங்கே எல்லாவற்றையும் செய்தனர். விடுதிக்குள்ளேயே இரண்டு அறைகளில் அவர்கள் தங்கியிருந்தனர். எங்களைத்தவிர ஒரு சிந்தி குடும்பம் அங்கே தங்கியிருந்தது.

வாளியில் கொதிக்கும் வெந்நீர் கொண்டுவந்து வைத்தார்கள். அதில் குளித்தபோது இரவெல்லாம் உடலைச்சுருட்டித் தூங்கிய களைப்பு மறைந்தது. தசைகள் இலகுவாகி உடல் நிமிர்ந்ததுபோல உணர்ந்தேன். விடுதியில் தேநீருக்குச் சொன்னேன். சிந்தி குடும்பம் சமையலறைக்கே சென்று டீயை வாங்கிக்கொள்வதைக் கண்டபின் நானும் தேவதேவனும் உள்ளே சென்றோம். ஜமாலின் மகன் தேநீர் போட்டுக் கொண்டிருந்தான். தேவதேவன் சீனி தேவையில்லை என்பதை பலமுறை சொன்னாலும் அவனுக்குப் புரியவில்லை. நான் 'சீனி கம்' என்றேன். கச்சிதமாகப் புரிந்துகொண்டான்.

இளவெயில் மலைகளுக்கு அப்பால் இருந்து ஒரு சிறிய இடைவெளி வழியாக வந்து மறுபக்கம் இருந்த மலைச்சிகரத்தை செவ்வொளி பெறச்செய்தது. மலைச்சரிவுகளின் விளிம்புகளை ஒளி கூர் தீட்டிக் காட்டியது. ஆனால் சூரியன் நேரடியாகத் தெரிய பத்துமணிக்கு மேல் ஆகும். மலைகளுக்கு அப்பாலிருந்து சூரியன் வெளிவந்தாகவேண்டும். குளிரில் உடல் நடுங்க நின்று மலைகள் மீது ஒளி நிறம் மாறிக்கொண்டே இருப்பதை நானும் தேவதேவனும் பார்த்தோம்.

காஷ்மீர்வாசிகளுக்கே உரிய முறையில் பெரிய கம்பளத்தை கோட்டு போல அணிந்திருந்த ஜமால் 'இனிய வரவு... மீண்டும் வாருங்கள்' என்று சொல்லி விடைகொடுத்தார். ஆறரை மணிக்குக் கிளம்பினோம். இருபக்கமும் புல்வெளிகளில் வால்களை உதறியபடி குதிரைகள் குனிந்து மேய்ந்தன. சாலை ஓரத்துக் கடைகளின் முன்னால் சிறிய கூடாரங்களைக் கட்டி டீ விற்றுக்கொண்டிருந்தார்கள்.

கார்கில் செல்லும் சாலை இந்தியாவின் தேசிய நெடுஞ்சாலைகளில் ஒன்று. (NHD1) எல்லைப்புற சாலை அமைப்பால் நிர்வகிக்கப்படுவது. சமவெளிகளில் சாலை நன்றாகவே இருந்தது. வேகமாகச் செல்லவும் முடிந்தது. சில லாரிகளை முந்திச்சென்றோம். ஆனால் விரைவிலேயே சாலையின் இயல்பு மாற ஆரம்பித்தது. ஒரு கட்டத்தில் ஒரு பயங்கர அனுபவமாக ஆகத்தொடங்கியது சாலை.

இமயமலையின் மண் மிக மென்மையானது. பூமியில் மிக வயதுகுறைந்த மலை என அதைச் சொல்கிறார்கள் நிலவியலாளர்கள். இந்திய-ஆஸ்திரேலியக் கண்டத்தட்டு யுரேஷியக் கண்டத்தட்டில் மோதியதன் விளைவாக ஏழுகோடி வருடங்களுக்கு முன்பிருந்து மெல்லமெல்ல உயர ஆரம்பித்த நிலப்பகுதி இது. அந்த உயரத்தில் உள்ள மண்ணை ஒரு மலை என்று சொல்லவே முடியாது. சேற்று மண்ணை கூழாங்கற்களுடன் கலந்து அள்ளிக்கொட்டியதுபோலத் தெரியும். இந்தச்சேற்றுமண் பூமி உருவாக ஆரம்பித்த காலத்தில் பெய்த பெருமழையில் உருவானது. அந்தக்கால பெருவெள்ளத்தால் உருவான உருளைக்கற்கள் கலந்தது.

இமயமலையின் பாறைகள் பெரும்பாலும் சேற்றுப்படிவுகள் இறுகி உருவானவை. அத்துடன் விதவிதமான கனிமங்கள் கலந்த பாறைகளும் ஆங்காங்கே எழுந்து தெரிகின்றன. மரகதப்பச்சைப்பாறைகள், துருப்பிடித்த இரும்புபோன்ற செந்நிறப்பாறைகள், கருமெழுகு போன்ற பாறைகள், காக்கைப்பொன் மின்னும் கருங்கல்பாறைகள், சாக்லேட் நிறமான பாறைகள், மிக அபூர்வமாக காபிநிறப்பாறைகள்.

எல்லா மலைச்சரிவுகளும் மாபெரும் கைவிரல்களால் வழிக்கப் பட்டவை போன்ற தடங்கள் கொண்டவை. பனிப்பாளங்கள் உருகி வழிவதனால் உருவான தடங்கள் அவை. பனியில் குளிர்ந்து பின் வேனிலில் சூடாகிக்கொண்டே இருப்பதனால் மலைப்பாறைகள் நெருக்கமாக வெடித்து பிரம்மாண்டமான நூலகம் ஒன்று சரிந்து குவிந்து புத்தகக்கூம்பாரமாகக் கிடப்பதுபோலத் தெரிகின்றன. அவ்வப்போது மொத்தமாகச் சரிந்து கீழிறங்கி கற்குவியல்களாக வழிந்து நிற்கின்றன.

ஒரு கட்டுமான வளாகத்துக்குள் சிறு பூச்சியாக மாறி ஊர்ந்து கொண்டிருப்பதுபோன்ற பிரமையை எழுப்பியது இமயமலை.

ஜோஜிலா கணவாய்

ஜல்லிக்குவியல்கள், கற்குவியல்கள், மணற்குவியல்கள், கான்கிரீட் குழைத்த குவியல்கள், சேற்றுக்குவியல்கள். மொத்த மண்ணிலும் சிமெண்ட் கலந்திருப்பதுபோல ஒரு நிறம். இருபக்கமும் வான்முட்ட நின்ற மலைகளுக்கு நடுவே சென்றபோது சற்றுமுன்புதான் அங்கே பிரம்மாண்டமாக ஏதோ நிகழ்ந்திருப்பதுபோல தோன்றியது. எல்லாமே அசைந்து உடைந்து சரிந்து முட்டி மோதி மெல்ல அசைவிழந்து அடுத்த அசைவுக்காகக் காத்து நிற்கின்றன!

மலையடுக்குகள் வழியாக ஊடுருவிச்சென்ற பாதை சட்டென்று மலை ஒன்றின் விலாவில் ஏறி வளைய ஆரம்பித்தது. இமயமலையின் சாலைகள் தென்னகத்தில் எங்கும் காணமுடியாதவை. குவிந்து சரிந்து கிடக்கும் நிலையற்ற மண்மலையின் மீது பத்தடி அகலத்தில் போடப் பட்ட சாலை. சில இடங்களில் ஆறடி அகலம்கூட இருப்பதில்லை. பக்கவாட்டில் அமர்ந்திருந்தால் சக்கரம் சாலையில் இருக்க காரின் எஞ்சிய விளிம்பு அந்தரத்தில் நிற்பதாகத் தெரியும். கீழே செங்குத்தாக நாலைந்து கிலோமீட்டர் ஆழத்தில் மலையின் அடுத்த மடிப்பு. நாம் வந்த சாலையைத் திரும்பிப்பார்த்தால் வயிற்றின் தசைகள் இழுத்து முறுக்கிக்கொள்ளும்.

இந்த அழகில் சாலையின் பல இடங்களில் மேலிருந்து சரிந்து ஒலித்து இறங்கும் அருவிகள் சாலையை அரித்து பள்ளத்தில் இறங்கி உப்புக்கு வியல்களாக ஆழத்தில் கொட்டிக்கொண்டிருக்கும். மலைமீதிருந்து

காா்கில் செல்லும் வழியில்...

உருண்டு வந்த பாறைகள் சிலசமயம் சாலையிலேயே கிடக்கும். அந்த எட்டடி அகலச்சாலைக்குள் அந்தக்கல்லைச் சுற்றிக்கொண்டு வண்டி செல்லவேண்டும். எதிரே வரும் லாரிகளுக்கு வழிவிட ஆங்காங்கே சிறிய மேடுகள். அவற்றில் காா் ஏறும்போது மேலும் ஒரு அடி தூரம் சக்கரம் நகா்ந்தால் காா் முடிவேயற்ற ஆழம் நோக்கிச் சென்றுவிடும் என்ற எண்ணம் ஏற்படும்.

எந்த நம்பிக்கையில் ஓா் இயந்திரத்தை நம்பி அந்த விளிம்புவரை செல்கிறோம் என்ற எண்ணம் ஏற்பட்டது. உடனே அது இயந்திரம் ஆதலினால்தான் என்றும் பட்டது. அதன் விதிகள் வரையறை செய்யப்பட்டவை. அது ஒரு குதிரை என்றால் அந்த எல்லைவரை அதை நம்ப முடியுமா? இல்லை ஒருவேளை குதிரையின் எல்லையும் வரையறை செய்யப்பட்டதுதானா?

மதியம் வரை பயணம். யானையின் விலாவில் ஊா்ந்துசெல்லும் பேன் போல எங்கள் காா் சென்றது. குலுங்கி அதிா்ந்து. சிலசமயம் அலைகளில் படகு போல. சிலசமயம் யானைமேல் அம்பாரி போல. சிலசமயம் ரங்கராட்டினத்தில் இறங்கும் தொட்டிபோல. மதியம் காா்கிலைச் சென்றடைந்தோம்.

காா்கில் என்ற ஊரின் பெயா் இன்று இந்தியா முழுக்க தெரிந்த ஒன்று. உள்ளூா்க்காரா்கள் கறுகில் என்று சொல்கிறாா்கள். காா்கிலின் முக்கியத்துவம் அது காஷ்மீா்ச்சமவெளியையும் லடாக்கையும்

இணைக்கும் சாலையில் உள்ள ஊர் என்பதுதான். பூரிக் என்று முற்காலத்தில் சொல்லப்பட்ட இப்பகுதி ஸ்ஊரு சமவெளி ஸன்ஸ்கர் சமவெளி உள்ளிட்ட பன்னிரண்டுக்கும் மேற்பட்ட மலையிடுக்குச் சமவெளிகளில் வாழும் மக்களின் தொகுதியாகும்.

பழங்காலத்தில் இருந்தே இது திபெத்திய பௌத்தமதத்தினரான மஞ்சள் இனப் பழங்குடிகளின் நிலமாக இருந்தது. அவர்கள் மிகமிகக் குறைந்த எண்ணிக்கை கொண்டவர்கள். ஒரேசமவெளியில் நிலைத்து வேளாண்மையும் மேய்ச்சலும் செய்யக்கூடியவர்கள். ஏழாம் நூற்றாண்டில்தான் இப்பகுதிக்கு இன்றைய பாகிஸ்தானியப்பகுதிகளில் அலைந்து திரியக்கூடிய இஸ்லாமிய மேய்ச்சல் பழங்குடிகள் குடியேற ஆரம்பித்தனர். அவர்கள் தார்த்தாரிய இனத்தவர்.

இவ்வூர்ப் பழங்குடிகளுக்கும் அவர்களுக்கும் இடையே பூசல்கள் நிகழ்ந்தாலும் அவர்களால் எதிர்க்கமுடியவில்லை. அதற்கு முதன்மை யான காரணம் திபெத்திய அரசு ராணுவ அரசு அல்ல என்பதே. லாமாக்கள் என்னும் மதகுருக்களை ஆட்சியாளர்களாகக் கொண்ட திபெத்திய அரசும் சிற்றரசுகளும் முழுக்கமுழுக்க மத அதிகாரத்தா லேயே ஆட்சி செய்பவை. தற்காப்புக்கு அவை இப்பகுதியின் கடினமான பாதைகளையும் கடும்பனியையும் மட்டுமே நம்பியிருந்தனர். ஆயுதமில்லா அரசுகள் என அவற்றைச் சொல்லலாம்.

ஆகவே அக்கால பாகிஸ்தானிய ஆப்கானிய போர்ச்சூழலில் இருந்து தப்பி வந்த இஸ்லாமிய மேய்ச்சல் பழங்குடிகள் இந்நிலங்களைக் கைப்பற்றிக்கொண்டபோது அவர்களுக்கு அரசாங்க எதிர்ப்பு என ஏதும் நிகழவில்லை. ஆரம்பத்தில் வந்தவர்கள் ஆப்கன், மற்றும் ஈரானில் இருந்து வந்த தார்த்தாரிய ஷியா முஸ்லிம்கள். அவர்கள் இங்கே வாழ்ந்த மஞ்சள் இனத்துப்பழங்குடிகளுடன் காலப்போக்கில் கலந்து விட்டனர். பின்னர் வந்தவர்கள் சுன்னி முஸ்லிம்கள். அவர்கள் தங்கள் இன அடையாளத்தைப் பேணுகிறார்கள். ஷியா முஸ்லிம்களுக்கு மஞ்சள் இனச்சாயல் இன்றுள்ளது. சுன்னிகள் எல்லாவகையிலும் தனித்துத்தெரிகிறார்கள்.

ஒன்பதாம் நூற்றாண்டில் காஷோ என்று இவர்களால் குறிப்பிடப்படும் தாதாகான் இப்பகுதிக்கு படைகளுடன் வந்தார். ஷியா முஸ்லிம்களான ஆப்கானிய சுல்தான்களின் வம்சத்தில் வந்த அவர் தன் சகோதரர்களால் துரத்தப்பட்டு இப்பகுதிக்கு வந்ததாகச் சொல்லப்படுகிறது. அவர் இங்கிருந்த சிறிய குடியிருப்புகளை ஒருங்கிணைத்து ஒரு அரசை அமைத்தார். அவர் முதல் புரிக் சுல்தான் என்று அழைக்கப்படுகிறார். அதன் பின்னர் வெவ்வேறு சுல்தான்கள் இப்பகுதியை ஆட்சி செய்திருக்கிறார்கள்.

பதினேழாம் நூற்றாண்டில் இன்றைய பாகிஸ்தானைச்சேர்ந்த காரகோரம் மலையில் அமைந்துள்ள மலையுச்சி அரசான பால்டிஸ்தானின் அரசர் அலி ஷெர் கான் அஞ்சன் கார்கில் பகுதியை கைப்பற்றி தன் நாட்டுடன் இணைத்துக்கொண்டார். பத்தொன்பதாம் நூற்றாண்டில் ஸ்ரீநகரை ஆண்ட இந்து அரசர்களான டோக்ரி வம்சத்தினர் கார்கிலையும் லே பகுதியையும் கைப்பற்றி தங்கள் அரசுடன் இணைத்துக்கொண்டனர். 1947 ல் டோக்ரி வம்சத்து கடைசி மன்னர் மகராஜா ஹரிசிங் இந்தியாவுடன் காஷ்மீரை இணைக்க ஒப்புக்கொண்டார்.

இன்றைய காஷ்மீர் மாநிலம் மூன்று பகுதிகளால் ஆனது. காஷ்மீர் சமவெளி, ஜம்மு அடிவாரச்சமவெளி மற்றும் லடாக் மலைநாடு. காஷ்மீர் சமவெளி முஸ்லிம் பெரும்பான்மை கொண்டது. ஜம்மு இந்துப்பெரும்பான்மை கொண்டது. லடாக் பௌத்த நிலம். இம்மூன்று நிலங்களையும் சேர்த்து பாகிஸ்தானின் பகுதியாக ஆக்கவேண்டும் என்று இஸ்லாமிய அடிப்படைவாதிகளான காஷ்மீர் பிரிவினைவாதிகள் கோருகிறார்கள். அவர்களில் ஒரு சாரார் காஷ்மீர் சுதந்திர இஸ்லாமிய நாடாக நீடிக்கவேண்டுமென விரும்புகிறார்கள்.

கார்கில் பாதை லடாக்கை ஸ்ரீநகருடன் இணைக்கக்கூடியது. இருபத்தைந்தாண்டுகளுக்கு முன்புதான் லடாக்கை மணாலியுடன் இணைக்கும் மலைப்பாதை அமைக்கப்பட்டது. இன்னும் அந்தச்சாலை முழுமையாக அமையவில்லை. ஆகவே முன்பு லடாக் வெளியுலகுடன் தொடர்பு கொள்ளும் ஒரே பாதை கார்கில் வழியாகச் செல்வதுதான். ஆகவே இப்பாதையைக் கைப்பற்ற பாகிஸ்தான் பலமுறை முயன்றுள்ளது.

முன்பு கார்கில் வழியாகச் செல்லும் லடாக் பாதை குதிரைகள் மட்டும் செல்லக்கூடிய ஒற்றைத்தடமாக இருந்தது. குளிர்காலத்தில் பாதை முழுமையாகவே மூடிவிடும். பாகிஸ்தானிய ராணுவம் 1951 ல் இப்பாதையை கைப்பற்றியது. லே பகுதியில் உள்ள சிகரங்களில் பீரங்கிகளை அமைத்தது. அப்போது இந்திய ராணுவத்தலைவராக இருந்த ஜெனரல் கரியப்பா உடனடியாக ஸ்ரீநகர் முதல் லடாக் வரை ஒரு ராணுவச்சாலை அமைக்க ஆணையிட்டார். வெறும் நான்கு மாதங்களில் அந்தச்சாலை அமைக்கப்பட்டது. அதன்வழியாகச் சென்ற ராணுவ டாங்குகள் பாகிஸ்தானிய ராணுவத்தை விரட்டியடித்தன. லடாக் வெளியுலகுடன் நிரந்தரத் தொடர்பு பெற்றது.

அச்சாலையை அமைத்தவர் மேஜர் தங்கவேலு. தமிழகத்தைச் சேர்ந்தவர். அவருக்கும் அந்தப்பணியில் விபத்திலும் குளிரிலும் மாண்ட வீரர்களுக்கும் இந்திய அரசு அமைத்த நினைவாலயம் கார்கில் சாலையில் உள்ளது. அங்கே காலையில் இறங்கிச்சென்று பார்த்தோம்.

வளைந்து செல்லும் புதிய சாலை, லடாக்

மேஜர் தங்கவேலுவின் படையில் இறந்தவர்களில் பலர் தமிழர்கள் என்று தெரிந்தது.

1999ல் பாகிஸ்தானிய ராணுவம் கார்கிலைக் கைப்பற்றுவதற்காகச் செய்த இரண்டாவது போரைத்தான் நாம் கார்கில் போர் என நினைவு கூர்கிறோம். கார்கிலைச் சூழ்ந்துள்ள டாலோலிங் போன்ற மலைச் சிகரங்களை கைப்பற்றிக்கொண்டு லடாக்கை பிணைக்கைதியாக வைத்து காஷ்மீருக்கான பேரத்தை ஆரம்பிக்க பாகிஸ்தான் திட்ட மிட்டது. குளிர்காலத்தில் இந்திய ரோந்துப்படைகள் கவனமற்றிருந்த போது ஹெலிகாப்டர்கள் மூலம் பாகிஸ்தானிய ராணுவத்தினர் பீரங்கிகளுடன் மலைமுகடுகளுக்கு இறக்கப்பட்டனர். இப்பகுதியைப் பார்த்தால் எவருக்கும் தெரியக்கூடிய ஒன்று உண்டு. மலைச்சிகரங்களில் தொலைதூர பீரங்கிகளை அமைத்தால் மலைச்சிகரங்களினூடாகச் செல்லும் இப்பாதையை முழுமையாகவே பிடித்துவிடலாம்.

அன்றைய பாகிஸ்தான் அரசு அரசியல் இக்கட்டில் இருந்த சமயம் அது. பாகிஸ்தானிய ராணுவமும் அரசும் அமெரிக்க ஏகாதிபத்தியத்தின்

கூலிப்படைகளாகவே சென்ற நாற்பது வருடங்களாகச் செயல் பட்டுவருகின்றன. பாகிஸ்தானின் திவாலான பொருளியல் அமெரிக்க உதவியையே நாடியிருக்கிறது. ஆகவே ஈராக்கிலும் ஆஃப்கானிலும் அமெரிக்கா செய்யும் போரை பாகிஸ்தானிய ராணுவம் ஆதரித்துத்தான் ஆகவேண்டும். ஆனால் அதன் விளைவாக உள்நாட்டில் உள்ள பெரும் அரசியல்சக்தியான இஸ்லாமிய அடிப்படைவாதிகளின் சினம் பாகிஸ்தானிய அரசை நோக்கித் திரும்பியது.

அதைச் சமாளிக்க ராணுவத் தளபதியான பர்வேஸ் முஷரஃப் கண்டுபிடித்த குறுக்குவழிதான் கார்கில் படையெடுப்பு. காஷ்மீருக் கான கடுமையான போர் ஒன்றைச் செய்தால் உள்நாட்டு எதிர்ப்பை திசை திருப்பிவிடமுடியுமென அவர் நினைத்தார். குறைந்தபட்சம் காஷ்மீர் பிரச்சினையை சர்வதேச அரங்கில் பேசுபொருளாக ஆக்கினால்கூட போதும். ஆனால் வெளிப்படையான ஓர் எல்லை மீறலை அமெரிக்கா அனுமதிக்காது. ஏனென்றால் 1971 ல் பாகிஸ்தான் கையெழுத்திட்ட சிம்லா ஒப்பந்தப்படி இப்பகுதியின் எல்லைகளை பாகிஸ்தான் சட்டபூர்வமாக ஏற்றுக்கொண்டிருக்கிறது.

ஆகவே இந்திய முஜாஹிதீன்கள் என்ற தீவிரவாதிகளின் வடிவில் பாகிஸ்தானிய ராணுவம் கார்கிலுக்கு அனுப்பப்பட்டது. கார்கில் ஊடுருவலை இந்திய ராணுவம் கடுமையான முயற்சியின் விளைவாக முறியடித்தது. பாகிஸ்தான் தோல்வியை ஒப்புக்கொண்டது. பாகிஸ்தான் பிரதமர் நவாஸ் ஷெரீஃப் மீது பழிபோட்டு பர்வேஸ் முஷரஃப் தப்பித்துக் கொண்டார். ஷெரீஃப் அவரது அரசியல் வாழ்க்கையை இழந்தார்.

கார்கில் வீரர்களுக்கான நினைவுச்சின்னம் ஒன்று திராஸ் மலைமுகடு களுக்குக் கீழே அமைக்கப்பட்டுள்ளது. அங்கே அப்போரில் உயிரிழந்தவர்களின் பெயர்கள் பொறிக்கப்பட்டுள்ளன.

பின்னாளில் பாகிஸ்தானிய அதிகாரிகளே தெளிவாக அப்படை யெடுப்பு பாகிஸ்தானிய ராணுவத்தால் நடத்தப்பட்டது என்று ஒப்புக் கொண்டனர். சட்டபூர்வமாக ராணுவவீரர்களின் சடலங்களை பெற்றும் கொண்டனர். ஆனால் இந்தியாவில் உள்ள இஸ்லாமிய ஆதரவு இதழாளர்கள் மற்றும் அறிவுஜீவிகளில் ஒருசாரார் இப்போதும் கூட அது பாகிஸ்தானிய படையெடுப்பு அல்ல என்றே சொல்லி வருகிறார்கள்.

3

கார்கிலுக்கு மதியம் சென்று சேர்ந்தோம். அங்கே முதல் பிரச்சினை, நாங்கள் சென்ற காரில் மேலே செல்ல விடமாட்டார்கள் என்பதே. நாங்கள் கார்கிலில் இருந்து ஸ்ரு சமவெளிக்கும் ஸன்ஸ்கர் சமவெளிக்கும் செல்ல ஆசைப்பட்டோம். அதற்கான முறையான அனுமதிகள் பெற்றிருந்தோம்.

ஆனால் அங்குள்ள வாடகைக்கார் ஓட்டுநர் சங்கத்தில் உறுப்பினராக இல்லாத எவரும் செல்ல அனுமதி இல்லை என்று சொல்லி வழிமறித்தனர். சற்று அடாவடிதான். ஆனால் வருடத்தில் தொண்ணூறுநாட்களுக்கு மட்டுமே அங்கே கார்கள் செல்லமுடியும் என்ற நிலையில் அவர்களுக்கும் வேறுவழி இல்லை.

வாடகையைக் கேட்டோம். திடுக்கிடச்செய்தது. என்ன செய்வதென்று தெரியவில்லை. சரவணனை தொலைபேசியில் அழைத்தோம். அவர் அங்குள்ள காவல்கண்காணிப்பாளரின் எண்ணை அளித்தார். கிருஷ்ணனும் ராஜமாணிக்கமும் கிருஷ்ணராஜ்-ஐம் காவல்கண்காணிப் பாளரைப் பார்க்கச் சென்றார்கள். ஒருமணிநேரத்தில் எழுத்துபூர்வமான அனுமதி கிடைத்தது. அதைக்காட்டியதும் அனுமதித்தனர்.

மதிய உணவுக்கு சங்கூ (Sankoo) என்ற ஊரில் இறங்கினோம். அங்கே ஒரு விடுதியில் சப்பாத்திக்குச் சொன்னோம். அங்கே சப்பாத்தி என்றாலே சோளச்சப்பாத்திதான். மெல்லியது. தொட்டுக்கொள்ள காராமணிப்பயறு சமைத்த குழம்பு. காய்கறி என்ற பேச்சே கிடையாது. சோறு கிடைக்குமா என்று கேட்டேன். இல்லை என்றார்கள். ஆனால் பசிக்கு சோள ரொட்டி நன்றாகவே இருந்தது.

ஓட்டலில் ஒரு முஸ்லிம் மதகுருவின் படம் விளக்கெல்லாம் மாட்டி வைக்கப்பட்டிருந்தது. அது யார் என்பது மூளையைக் குடைந்து

கொண்டே இருந்தது. சட்டென்று ஊகித்தேன். இரானிய அதிபர் அலி ஹொசெய்னி கொமெனியின் படம். (Ali Hosseini Khamenei) அதைக்கேட்டு உறுதிப்படுத்திக்கொண்டேன். அதன்பின் பெரும் பாலான வாகனங்களில் கடைகளில் அந்தப் படத்தைப் பார்த்தேன். அவர் ஷியாக்களின் தலைவர். அங்குள்ள ஷியா முஸ்லிம்கள் அவரைத்தான் தங்கள் ஆன்மிக-அரசியல் தலைவராக நினைக்கிறார்கள்.

உண்மையில் அது எனக்கு புதிய செய்தி. எனக்கு எப்போதுமே நம்மூர் செய்தியாளர்களும் அறிவுஜீவிகளும் எழுதும் எந்தத் தகவலிலும் நம்பிக்கை இருந்ததில்லை. நானே சென்று பார்க்காத ஒன்றை நம்பி நான் எந்தப்புரிதலையும் உருவாக்கிக் கொள்வதில்லை. என் அவதானிப்பிலும் உள்ளுணர்விலும் எனக்கு நம்பிக்கை உண்டு. இங்கே காஷ்மீர்பற்றி எழுதப்படும் உள்நோக்கம் கொண்ட எழுத்துக்கள் எதிலும் இல்லாத ஒரு உண்மைத்தகவல் இது.

காஷ்மீர் இஸ்லாமியர் ஒட்டுமொத்தமாக பாகிஸ்தானிய ஆதரவு நிலைப்பாடு கொண்டிருப்பதாகவும், அனைவரும் தனிநாடு கோரி போராடுவதாகவும் எழுதப்படுபவை அப்பட்டமான பொய்கள் என்பதை ஒரு பத்தாயிரம் ரூபாய் செலவுசெய்து காஷ்மீருக்குச் சென்று இறங்கும் எவரும் கண்கூடாகக் காணமுடியும்.

எங்கும் இருப்பது போல இங்கும் எளியமக்கள் அரசியலுக்கு அப்பாற்பட்டு தொழில்களையே முதன்மையாகக் கருதுகிறார்கள். அரசியலுறுதிகள் கொண்டிருக்கும் அளவுக்கு கல்வியோ செல்வமோ உடையவர்கள் அல்ல அவர்கள். அவர்களின் மதநம்பிக்கை சுரண்டப்பட்டு அரசியலாக்கப்பட்டு அவர்கள் பிரிவினைவாத வெறுப்பரசியலுக்குள் இழுக்கப்படுகிறார்கள் என்பதை அங்குள்ள எவரிடம் பேசினாலும் உணரமுடியும்.

எங்கும்போல காஷ்மீரின் மொத்தச் சமூகமும் பல்வேறு மத இனக்குழு பிரிவினைகளால் ஆனதாகவே உள்ளது. காஷ்மீரின் அரசியலென்பது இந்தப் பிரிவுகளுக்கு இடையே உள்ள அதிகாரப் போராட்டம்தான்.

இங்கே உள்ள முஸ்லிம்களில் சுன்னிகள் பெரும்பான்மையினர். அவர்களுக்கு பாகிஸ்தானின் ஆதரவும் பெரும் நிதிவரவும் உள்ளது. ஆகவே அவர்களே அதிகார மையம். ஷியாக்கள் சிறுபான்மையினர். அவர்கள் சுன்னிகள் மீது கடும் வெறுப்புடனும் அச்சத்துடனும் வாழ்கிறார்கள். சுன்னிகள் ஷியாக்களுக்கு எதிராக நிகழ்த்தும் தாக்குதல்கள் காஷ்மீர அரசியலின் முக்கியமான அம்சம். இதன் விளைவாக ஷியாக்கள் எப்போதும் ஓரிரு வட்டங்களில் அடர்த்தியாக ஒருங்கிணைந்து வாழ்கிறார்கள்.

கார்கில்

இங்கே பத்து சதவிகிதம் வரை அகமதியா முஸ்லிம்கள் உள்ளனர். இவர்கள் எந்தவிதப் பாதுகாப்பும் அற்று சுன்னிகள் மற்றும் ஷியாக்களின் தாக்குதல்களுக்கு அஞ்சி ஒடுங்கி வாழ்கிறார்கள். அவர்களின் வழிபாட்டிடங்கள் தாக்கப்படுவது சாதாரணமான நிகழ்வு. அகமதியாக்களைப் பொறுத்தவரை அவர்கள் இந்திய ராணுவமேலாதிக்கம் கொண்ட இடங்களுக்கு அருகே வாழ விரும்புபவர்கள்.

இரண்டுநாட்கள் கழித்து நாங்கள் மீண்டும் திரும்ப சங்கூவுக்கு வந்தபோது அங்கே உள்ளூர் தேர்தல் ஒன்று முடிந்திருந்தது. காங்கிரஸ் தேசியமாநாடுக்கூட்டணி அதில் வென்றிருந்தது. நூற்றுக்கணக்கான லாரிகளில் முஸ்லிம் இளைஞர்கள் காங்கிரஸ்கொடியும் தேசியமா நாடுக்கொடியும் ஏந்தி நின்று கத்தி கூச்சலிட்டு ஆர்ப்பாட்டம் செய்து கொண்டு சென்றார்கள். எல்லா வண்டிகளிலும் ஈரானிய அதிபரின் படம் இருந்தது. சுன்னிகளுக்கு எதிரான நிலைப்பாடாக ஷியாக்கள் காங்கிரஸ் ஆதரவை எடுக்கிறார்கள் என்று சொன்னார்கள். அந்த ஆர்ப்பாட்டமே சுன்னிகளுக்கு எதிரானதுதான். சுன்னி பகுதிகளில் வேறுவகையான ஆர்ப்பாட்டம் நிகழ்ந்திருக்கலாம்.

ஊர்வலமாகச் சென்ற பையன்கள் வழியில் நின்ற பெண்களைப்பார்த்து எம்பிக்குதித்தார்கள். பெண்கள் அவர்களை கிண்டல் செய்து உரக்கக் கூச்சலிட்டார்கள். லாரிகளில் இருந்து பையன்கள் கொடிகளை

பெண்கள் மீது வீசி சிரித்தனர். என்னென்னவோ கொடிகள். விதவித மான வண்ணங்கள். பச்சை நிறத்தில் பறந்த ஒரு கொடி ஷியாக்களுக்கு உரிய தனிக்கொடி என்றார்கள்.

ஆக காஷ்மீர் பிரச்சினை என்பது பெரும்பாலும் சுன்னிகளின் போராட்டம். அதுவும் பாகிஸ்தானிலிருந்து ஏற்றுமதி செய்யப்படுவது. பாகிஸ்தானிய தீவிரவாதிகள் எல்லைகடந்து வராமல் இருந்தால் ஒருமாதம்கூட காஷ்மீரில் போராட்டம் நீடிக்கமுடியாது. அமெரிக்கா பாகிஸ்தானுக்கு அளிக்கும் நெருக்கடி அதிகரிக்க அதிகரிக்க காஷ்மீரில் பெரும்பாலும் அமைதி திரும்பிவிட்டிருக்கிறது. அதை எளிய மக்கள் விரும்புவதை, மீண்டும் சுற்றுலாத்தொழில் வளர ஆரம்பித்திருப்பதை அவர்கள் கொண்டாடுவதை எங்கு சென்றாலும் காணலாம்.

ஷியாக்களின் அரசியல் சர்வதேச நிலைமைகளை ஒட்டி தொடர்ச்சியாக மாறிக்கொண்டே இருக்கிறது. அவர்களுக்கு சுன்னிகள் மீதான மனவிலக்கமே முக்கியமான தீர்மானிக்கும் சக்தி. அதையொட்டியே இந்திய தேசியத்துடனான உறவு அமைகிறது.

சங்கூவில் இருந்து கார்ட்ஸே கார் (Kartse Khar) என்ற சிற்றூரைத் தேடிச்சென்றோம். மொட்டைமலைகள் வழியாக சுற்றிச்சுற்றி தேடிச் சென்றுகொண்டே இருந்தோம். வழிகேட்டால் சிலர் சொன்னார்கள், சிலர் விழித்தார்கள். அது ஷியாக்கள் மட்டுமே வாழும் உள்கிராமம். ஷியாக்கள் மஞ்சள் இனப்பழங்குடியினர்போலவே இருந்தனர். வீடுகளின் முகப்பில்கூட இரானிய அதிபரின் படம் இருந்தது.

இப்பகுதியின் வீடுகள் காஷ்மீரின் தொன்மையான வீடுகட்டும் முறைப்படி அமைந்தவை. களிமண்ணைக்குழைத்து உருவாக்கிய செங்கற்களாலோ மலையின் உருளைக்கற்களை அடுக்கியோ சுவர் கட்டி அதன் மேலே மரத்தடிகளை அடுக்கிக் கொள்கிறார்கள். அதன்மீது சுள்ளிகளை ஒரு முழம் உயரத்துக்குப் பரப்பி அதன்மேல் மேலும் களிமண் பூசி கூரையிடுகிறார்கள். அந்தக்கூரைமேல் ஒரு அடி உயரத்துக்கு புல் செறிவாக அடுக்கப்படுகிறது.

ஆனால் கூரைகள் சரிவாக இல்லை. மழைபெய்தால் மொத்த நீரும் உள்ளே வந்துவிடும். ஆனால் மழை அங்கே பெய்வதில்லை. பனி பெய்தால் கூரைமேல் ஒரு படலமாக உறைந்துவிடும். மேற்கொண்டு நீர் உள்ளே வராமல் அதுவே தடுக்கும். குளிர் உள்ளே வரக்கூடா தென்பதே கூரையின் நோக்கம்.

வீடுகள் அந்த மண்ணுடன் கலந்தவை போலிருந்தன. வீடுகளுக்கு வெள்ளையடிப்பது போன்ற வழக்கமேதும் இல்லை. தூரத்தில் இருந்து

பார்த்தால் வீடுகள் மண்ணுடன் கலந்து பெரிய மண்கட்டிகள் போலவே தென்படுகின்றன.

கிராமத்தில் இருந்து முதுகில் புல்சுமந்து வந்தவரிடம் அவ்வூரில் இருக்கும் புத்தர் சிலை பற்றி கேட்டோம். கீழே செல்லுங்கள் என்று சொன்னார். காரை நிறுத்திவிட்டு ஊருக்குள் சென்றோம். காட்டாறுக்குக் குறுக்காக அரசு புதியதாக இரும்புப்பாலம் கட்டியிருந்தது. எங்கும் மாட்டுச்சாண வீச்சம். தெருவில் இருந்த பெண்களிடம் வழிகேட்டோம். நாங்கள் சென்ற வழி தவறு என்று தெரிந்தது. தூரத்தில் தெரிந்த மண்குன்றின் மீது தெரிந்த கட்டடங்கள் அச்சிலை இருக்கும் பௌத்த மடாலயத்தின் இடிபாடுகள் என நினைத்துவிட்டோம். அவை வீடுகள் என்றார்கள்.

திரும்பிவந்து மேலே சென்றோம். அங்கே அரசு ஏதோ நலத்திட்டத்துக்காக கட்டிவரும் கட்டடம்தான் இருந்தது. அதுவும் பூட்டப்பட்டிருந்தது, இன்னொருவரிடம் அங்குள்ள பௌத்த சிலை பற்றிக் கேட்டோம். கிருஷ்ணன் மட்டும்தான் எங்கள் கும்பலில் உடைசல் இந்தி பேசக்கூடியவர். அங்குள்ள முஸ்லிம்கள் எல்லாருமே ஓரளவு இந்தி பேசக்கூடியவர்கள்தான். ஒருவர் கீழே சென்றால் அங்குள்ள பள்ளிக்கு அருகே சிலை இருப்பதாகச் சொன்னார்.

மீண்டும் கீழே இறங்கினோம். நீர் சுழித்தோடிய ஓடையைக் கடக்க மரத்தடிப்பாலம். மறுபக்கம் நூறு குழந்தைகள் படிக்கத்தக்க பள்ளிக் கட்டடம் புதியதாக இருந்தது. அதற்கப்பால் வயல்வெளி. கோதுமை அறுத்து கட்டிக்கொண்டிருந்தனர். மலையில் இருந்து வந்த குளிர்காற்று சுழன்றடித்தது. சட்டென்று சிலையை கிருஷ்ணன் பார்த்துவிட்டார். அங்கே ஒரு பெரிய பாறையில் புடைப்புச்சிற்பமாக செதுக்கப் பட்டிருந்தது.

கார்ட்ஸே கார் புத்தர்சிலை ஏழாம் நூற்றாண்டைச் சேர்ந்தது என்று சொல்லப்படுகிறது. இப்பகுதியில் அன்று செல்வாக்குடனிருந்த திபெத்திய பௌத்த மதத்தின் மையத்தெய்வங்களில் ஒன்றான புத்த மைத்ரேயரின் சிலை. மூன்றடுக்கு மணிமுடி. பெரிய மாலை. ஒரு கையில் கமண்டலம். இன்னொரு கை சின்முத்திரையுடன் இருந்தது. ஒன்பது மீட்டர் உயரமும் மூன்றடி அகலமும் கொண்ட இந்தப்பெரிய சிலை பாமியான் புத்தர்சிலைகளின் அதே பாணியில் அமைந்தது.

மைத்ரேயபுத்தர் என்ற உருவகம் பௌத்தமதத்தில் ஆரம்பகாலம் முதல் இருந்தது என்றாலும் திபெத்திய பௌத்தம்தான் அதை மைய உருவகமாக முன்னெடுத்தது. பௌத்த ஞானமரபின்படி புத்தரின் உடல் மகாதர்மத்தின் தோற்றமேயாகும். அதை தம்மகாய புத்தர் என்கிறார்கள். யுகமுடிவில் பௌத்த ஞானத்தை மீண்டும்

ஏழாம் நூற்றாண்டைச் சேர்ந்த புத்தர் சிலை - கார்ட்ஸே கார்

நிலைநாட்டுவதற்காக திரும்பிவரும் புத்தரின் பேருருவமே மைத்ரேய புத்தர். மைத்ரி என்றால் ஒருமை.

மானுட ஞானம் எதிர்காலத்தில் பலவாகச் சிதறி அமைதியின்மையை உருவாக்கும். அப்போது அனைத்து ஞானப்பிரிவினைகளையும் ஒன்றாக்கும் ஒருமையைக் கொண்டுவரும் அறவுருவமே மைத்ரேயர். அவர் இன்று ஒரு போதிசத்வராக காலவெளியில் இருந்து கொண்டிருக்கிறார். இந்த உருவகமே பின்னர் கிறித்தவ மரபில் திரும்பி வரும் ஏசுவாக எடுத்தாளப்பட்டது.

மைத்ரேயபுத்தர் ஒளிமிக்க ரஜதகிரீடமும் கையில் வஜ்ராயுதமும் அமுதகலசமும் கொண்டவராக இருப்பது வழக்கம். திபெத்தியமரபில் மைத்ரேயபுத்தரின் நூற்றுக்கணக்கான வடிவபேதங்கள் உள்ளன. கார்ட்ஸே காரின் மைத்ரேயர் சிலை ஒரு நாட்டுப்புறத்தன்மையுடன் இருந்தது. ஓங்கிய உருவம் கலையொருமையை கொண்டிருக்க வில்லை. ஆனால் பிரமிப்பூட்டியது.

அங்கே ஏழாம் நூற்றாண்டுவரை வழிபாடு நிகழ்ந்திருக்கிறது. புத்தரின் காலடியில் தீ எரிந்த கருமை தெரிந்தது. அதன்பின்னர் அச்சிலை கைவிடப்பட்டுக் கிடந்தது. சமீபமாகத்தான் கண்டையப்பட்டுள்ளது. ஆனால் சுற்றுலாப்பயணிகளோ வேறு எவருமோ அங்கு வருவதாகத் தெரியவில்லை. புத்தர் தனிமையில் கோதுமை வயல்களைப்பார்த்தபடி புன்னகைத்துக்கொண்டு நின்றிருந்தார்.

மீண்டும் மேலே சாலையில் நின்ற காருக்கு வந்தபோது மூச்சிரைக்க ஆரம்பித்திருந்தோம். காரில் ஏறிக்கொண்டதுமே தண்ணீர் குடிக்க போட்டிபோட்டார்கள். அங்கிருந்து மாலைக்குள் ஸுˉரு சமவெளி வழியாக ரங்தூம் (Rangdum) என்ற இடம் வரை செல்வதாக கிருஷ்ணன் திட்டமிட்டிருந்தார். கார் கிளம்பியது.

ஸுˉரு சமவெளி ஸுˉரு ஆறு உருவாக்கிய பெரும் மலையிடை வெளிநிலம். அது சிந்துவின் துணையாறுகளில் முக்கியமானது. இப்பகுதியின் நில அமைப்பைத் தீர்மானிப்பவை இந்தக் காட்டாறுகளும் இவற்றின் சிற்றோடைகளும்தான். இமயம் என்பது பல்லாயிரம் மலைகளின் பரப்பு. இம்மலைகளின் உச்சியில் படியும் கனத்த பனிப்பாளங்கள் உருகி வழிவதனால் இவை கூரிய கூம்புகளாகச் செதுக்கப்படுகின்றன.

இந்த மலைக்குவியல்களின் நடுவே பனி உருகி இறங்குவதன் மூலம் மலை அரிக்கப்பட்டு ஆழமான மலையிடுக்குகள் உருவாகின்றன. இவ்விடுக்குகளில் பனியால் உடைத்து நொறுக்கப்பட்ட பாறைகள், சரல்கற்கள், கூழாங்கற்கள், மணல், பொடிமண் ஆகியவை பீறிட்டு வழிந்து பரவி இறங்கி நிற்கின்றன. தொலைவில் இருந்து பார்க்கையில்

பிரம்மாண்டமான அணை ஒன்றின் மதகுகள் வழியாக பீறிட்ட நீர் உறைந்து அசைவிழந்து நிற்பதைப்போலத் தோன்றும். சிலசமயம் அது ஒரு கற்பனைதான் என்றும் அந்த மண்வெள்ளப்பெருக்கு அடுத்தகணமே அச்சமவெளியை மூடி நிரப்பப்போகிறது என்றும் படும்.

மலையிடுக்குகளில் எல்லாம் பனியாறுகள் இறங்குகின்றன. பற்பல கிலோமீட்டர் ஆழத்துக்கு வெள்ளிச்சரிகைபோல பாறைகளில் மோதிநுரைத்து இறங்கும் இந்த ஓடைகள் கீழே ஆறாக இணைகின்றன. அந்த ஆறுகள் மலையின் மண்ணின் நிறத்தில் உள்ளன. சில சமயம் சந்தனக்குழம்பு. சில இடங்களில் சிமெண்ட் கலந்த நீர்போல. சிலசமயம் சுண்ணாம்புக்கலவை கலந்த நீர்போல. காட்டாறுகள் பெரும்பாலும் பாறைகளில் முட்டி மோதி சுழித்துக் கொப்பளித்து மலையிறங்குகின்றன. அபூர்வமாக சில இடங்களில் அவை வேகமிழக்கும்போது அவற்றுடன் வந்த வண்டல் மெல்ல படிய ஆரம்பிக்கிறது. அங்கே ஒரு பெரும் சதுப்புச் சமவெளி உருவாகிறது.

இச்சமவெளிகள் பசுமையானவை. புல்லும் மலைச்செடிகளும் முள்மரங்களும் அடர்ந்து பத்துப்பதினைந்து கிலோமீட்டர் பரப்புக்கு விரிந்து கிடப்பவை. இவற்றில் சில இடங்களில் மக்கள் குடியேறி சிறிய கிராமங்களை அமைத்துள்ளனர். அங்கே அவர்கள் கோதுமையும் முட்டைக்கோசும் பயிரிடுகிறார்கள். ஆப்பிள் மரங்களை நட்டு வளர்க்கிறார்கள். ஸூரு சமவெளி அவற்றில் ஒன்று.

ஸூரு சமவெளி

சுற்றிலுமுள்ள மலைகள் பெரும்பாலும் வெறும் மண்குவியல்கள். அவற்றில் பசுமையே இருப்பதில்லை. காரணம் இங்கே மழை அனேகமாக இல்லை என்பதுதான். சிலசமயம் பெருங்காற்றடித்தால் மலைகள் தூசுப்புயலாக வானில் எழுந்துவிடும் என்ற பிரமை ஏற்படும். மண்சரிவில் உருண்டு வந்து நிற்கும் பெரும்பாறைகள் புதைந்தபடியே செல்வதாகத் தோன்றும்.

இங்குள்ள நீராதாரம் என்பது பனிதான். மலையுச்சிப்பனி ஒரிருநாட்களில் உருகி காட்டாறாக ஆகிவிடும். ஆகவே அந்த ஓடைகளின் இரு மருங்கும் முளைக்கும் செடிகள் தவிர வேறு தாவரங்கள் வளர முடியாது. மலைகளில் அந்த பச்சைச்சரடுகள் நீளவாட்டில் தொங்குவதுபோல கிடக்கும். இலைமாலை சார்த்தப் பட்ட பெரும் சிலைகள் போல.

நான்குபக்கமும் சூழ்ந்த செந்நிற வெற்றுமலைகள் நடுவே இந்தப் பசும் சமவெளிகள் உள்ளங்கையில் பொத்தி வைக்கப்பட்ட சிறிய பச்சைத்துண்டு போல் தோன்றின. ஒரு துண்டு உயிர்வெளி.

இச்சமவெளிக்குள் செல்வதற்கான பாதையும் விசித்திரமானது. காட்டாறு மலைகள் நடுவே அரித்தோடி உருவாக்கிய இடைவெளி வழியாகவே உள்ளே செல்லமுடியும். ஆகவே சாலையின் ஒருபக்கம் எப்போதுமே ஆறு கொந்தளித்துக்கொண்டே கூடவருகிறது. ஒருபக்கம் கழுத்தைத் திருப்பி அண்ணாந்தால்கூட தெரியாத அளவுக்கு உயரமான மலைச்சிகரங்கள். மறுபக்கம் ஆற்றின் ஆழமான பள்ளம். நடுவே சாலை மண்ணில் கீறப்பட்ட ஒரு செம்மண்கோடு போல.

எங்கள் ஓட்டுநர் மிகமிகக் கவனமானவர். அதேசமயம் இத்தகைய சாலைகளில் ஓட்டி ஓட்டி தேர்ச்சியும் பெற்றவர். நிதானமான தன்னம்பிக்கையுடன் ஓட்டிக்கொண்டிருந்தார். சக்கரம் அளவுக்கே ஓட்டும்வளையமும் சுழலக்கூடிய ஒரு பயணம் என்று வேடிக்கையாகச் சொல்லிக்கொண்டோம்.

இமயமலைப்பகுதி முழுக்க பிரபலமாக இருப்பது மகிந்திராவின் ஸைலோ வண்டிதான். பிற பகுதிகளில் இந்த வண்டி அவ்வளவு வெற்றிபெறவில்லை. அதன் அமைப்பு ஆடம்பரமானதாக இல்லை என பலர் நினைக்கிறார்கள். ஆனால் இந்தப்பயணத்தில்தான் அந்த வண்டியின் ஆற்றலை உணர்ந்தோம். மிக உறுதியான கட்டுமானம். அந்தச்சாலையில் வேறுவண்டிகள் பூட்டுபூட்டாகக் கழன்றுவிடும். ஆனால் ஸைலோ ஒரு சிறிய தவறான சத்தம்கூட எழுப்பவில்லை. மிகச்சிறந்த அதிர்வுதாங்கிகள். கிட்டத்தட்ட நூறு கிலோமீட்டர்தூரம் நேரடியாகவே கூழாங்கற்கள் மீதுதான் வண்டி சென்றது. ஆனால் உடலில் பெரிய அலுப்பேதும் ஏற்படவில்லை.

சாலையின் இருபக்கமும் வெளித்த சமவெளிநிலத்தில் பூத்தசெடிகள் மண்டிக்கிடப்பதாகத் தோன்றியது. ஆனால் இறங்கிப்பார்த்தபோது அவை பூக்கள் அல்ல என்று தெரிந்தது. குற்றிச்செடிகள்தான். நீர் குறைந்ததும் சிவந்து வாடி நின்றன. அழுத்தினால் இலைகள் அப்பளம் போல நொறுங்கின. தேவதேவன் ஒவ்வொரு செடியாகப்பிடித்து பார்த்துக்கொண்டே வந்தார்.

திடீரென்று சாலையோரம் ஒரு யாக்கைப் 
பார்த்தோம். காட்டுமிருகம்தான். இங்கே
யாக் முக்கியமான வளர்ப்பு மிருகம்.
அதன் அடர்த்தியான முடி குளிரில்
இருந்து பாதுகாப்பை அளிக்கிறது.
யாக்குடன் இணைசேர்க்கப்பட்டு உரு
வாக்கப்பட்ட பசுக்களும் இங்கே வளர்க்கப்
படுகின்றன. அவையும் அடர்முடி
கொண்டவை. குறிப்பாக வால் நீளமாக
பெண்களின் கூந்தல்போலவே தொங்கும்.

யாக்குகள் காட்டிலும் சுதந்திரமாக வாழ்கின்றன. அது காட்டு யாக் என்பது தெரிந்தது. அருகே எங்கும் வீடுகள் இல்லை. அதற்கு அச்சமே இல்லை. இந்த மலைப்பகுதியில் அதை வேட்டையாட எந்த மிருகமும் இல்லை. மதம் பரவிய கண்களால் பார்த்து யாக் எங்களை கவனித்தது. நாங்கள் காரில் இருந்து இறங்கியதும் சற்றே தலையைச் சரித்து ம்ம் என எச்சரித்தது. சற்று அப்பால் அதன் இணைகள் இரண்டு மேய்ந்து கொண்டிருந்தன. அவை தலைதூக்கி எங்களைப் பார்த்தன.

மலைச்சரியில் அஜிதன் ஒரு விசித்திரமான பிராணியைச் சுட்டிக் காட்டினான். ஹிமாலயன் மர்மோத் (Himalayan Marmot - Marmota bobak) என்று அழைக்கப்படும் அந்தப்பிராணி சற்றுப்பெரிய அணில் போலிருந்தது. செம்பழுப்பு நிறம். கொழுத்த கனத்த பின் தொடையும்

முடியடர்ந்த வாலும். ஒரு நோக்கில் 
தரையில் வாழும் மலபார் அணில் என்று
தோன்றும். வேகமாக ஓடவில்லை.
எங்கள் அசைவைக்கேட்டதும்
அப்படியே சிலைத்து நின்றுவிட்டது.
அதன் எதிரி என்பது இமாலயச்
செம்பருந்துதான். அது அசைவுகளை
மட்டுமே பார்க்கக்கூடியது. ஆகவே
ஆபத்து என்றால் அசைவில்லாமல்
தியானிப்பதே மர்மோதின் வழக்கம்.

சற்றுநேரத்தில் ஏராளமான மர்மோதுகளை பார்க்க ஆரம்பித்தோம். உருண்டுகிடந்த பாறைகள் நடுவே அவை சுறுசுறுப்பாக பணியாற்றிக் கொண்டிருந்தன. மாவுச்சத்துள்ள புல்லை உண்பதும் ஆழமாக முயல் வளை போல மண்ணுக்குள் சென்ற வளைகளுக்குள் கொண்டு சென்று சேர்ப்பதும்தான் பணி. பெரும்பாலானவை நன்றாக உண்டு கொழுத்திருந்தன.

பாறைகள் நடுவே அவை ஓடுவது வேடிக்கையாக இருந்தது. பனிக் காலம் முழுக்க அந்த வளைகளுக்குள் அவை பனித்துயிலில் ஆழ்ந்திருக்கும். இப்போது அதற்காக உடலில் கொழுப்பைச் சேர்க் கின்றன. குண்டான குடும்பப்பெண்கள் போன்ற அசைவு. தாவும்போது பளபளக்கும் முடிக்குள் கொழுப்பு சுருள்வதும் ததும்புவதும் தெரிந்தது.

ஸௌரு சமவெளியில் மிகக்குறைவாகவே மக்கள் வாழ்கிறார்கள். பெரும்பாலான நிலம் பண்படுத்தப்படாததுதான். 2005க்குப் பின்னர்தான் சுற்றுலாப் பயணிகளுக்கு சாலை திறக்கப்பட்டிருக்கிறது. ஆகவே அனேகமாக பயணிகள் என எவரும் வருவதில்லை. நாங்கள் இன்னொரு பயணிகள் வாகனத்தை பார்க்கவே இல்லை. மொத்தப் பயணத்திலும் இரண்டே இரண்டு சிறிய லாரிகளை மட்டுமே கண்டோம்.

மாலை மங்க ஆரம்பித்தது. தங்குமிடம் தேட ஆரம்பித்தோம். நாங்கள் தங்குவதாகத் திட்டமிட்டிருந்த இடம் ரங்தூம். ஆனால் அதுவரைக்கும் செல்ல முடியுமென்று தோன்றவில்லை. இருட்டிய பின்னர் அந்தப் பாதையில் வண்டி ஓட்டுவதைப்பற்றி சிந்திக்கவே பீதியாக இருந்தது.

வழியில் ஒரு ஜம்மு காஷ்மீர் சுற்றுலாத்துறை பயணிகள் விடுதியின் அறிவிப்புப் பலகையைக் கண்டோம். வண்டியை திருப்பினோம். மலைச்சரிவில் இருந்தது அந்தக் கட்டடம். திறந்தே நெடுநாட்கள் ஆகியிருக்கும்போல. உள்ளே சென்று பார்த்தோம். சரியான பேய்ப்பங்களா. கண்ணாடிகள் உடைந்திருந்தன. குழாய்கள் உடைந்து கிடந்தன. மெல்லிய தூசி படர்ந்திருந்தது. வேறு வழியில்லை. மீண்டும் பயணம்.

ஆறு மணியளவில் பார்க்காசிக் (Parkachik) என்ற இடத்துக்கு சென்று சேர்ந்தோம். அங்கே விசாரித்து ஜம்முகாஷ்மீர் அரசின் விருந்தினர் விடுதியைக் கண்டுபிடித்தோம். ஒரு மலைச்சரிவில் விடுதி இருப்பதும் அதன் முன் இன்னொரு கார் கிடப்பதும் தெரிந்தபோது ஆறுதலாக இருந்தது. விடுதியில் இரண்டு இளைஞர்களும் ஒரு விடுதிப்பொறுப் பாளரும் இருந்தார்கள். இளைஞர்கள் ஒரு கோழியை சுடுவதற்கான முயற்சியில் ஈடுபட்டிருந்தனர்.

விடுதிப்பொறுப்பாளர் ரொட்டி சுட்டுத் தருவதாக ஒப்புக்கொண்டார், விடுதியறைகளும் வசதியானவை. காலையில் வெந்நீர் கிடைப்பதற்கும் பேசிக்கொண்டோம். வாளி ஒன்றுக்கு இருபது ரூபாய். அங்கே எரிபொருள் என்பது லாரியில் வரும் மண்ணெண்ணெய் மட்டும்தான்.

மாலை பர்க்காசிக் விடுதியை ஒட்டிய சாலையில் ஒரு நடை சென்றோம். குளிரில் நடப்பது ஒரு இனிய அனுபவம். உடைகளுக்குள் உடல் நமக்கான வெப்பத்தை சமைத்துக்கொள்வதை உணர முடியும். மலைகள் இருட்டிக்கொண்டு வந்தன. வெகுதொலைவில் தெரிந்த நான் குன் மலைச்சிகரங்கள் மாலையின் ஒளியில் மின்னியபடி மிக அருகே தலைக்குமேல் என தெரிந்தன.

திரும்பி வந்து உணவுண்டு படுத்துக்கொண்டோம். விடுதியில் கட்டிலில் படுத்தபோது உடம்பு தாலாட்டுவதுபோல இருந்தது. வண்டியின் ஆட்டம் தூங்கியபின் கனவிலும் எஞ்சியிருந்தது.

4

எங்கள் பயணம் காஷ்மீர் மற்றும் லடாக் பகுதியின் அதிகம் அறியாத உச்சிமலைச் சமவெளிகளை, பனிச்சிகரங்களை, ஆழ்மலையிடுக்குகளை உத்தேசித்து திட்டமிடப்பட்டது. மிகவிரிவான திட்டமும், அதிகாரத் தொடர்புகளும் இன்றி இப்பகுதிகளுக்குச் செல்ல முடியாது. ஸன்ஸ்கர் சமவெளி போன்ற பகுதிகள் சமீபகாலம் வரையில் முழுமையாக ராணுவக்கட்டுப்பாட்டுக்குள் மட்டுமே இருந்தன. சாகசச்சுற்றுலாவுக்கு அவை திறக்கப்பட்டது இப்போதுதான். ஆகவே அனேகமாக தமிழில் அங்கு சென்று அப்பகுதியை கண்டு எழுதப்படும் முதல்குறிப்புகள் இவையாக இருக்கலாம்.

சாகசச்சுற்றுலாவுக்கு இப்பகுதியைத் திறந்துவிடுவதில் அரசுக்கு ராஜதந்திரநோக்கங்கள் இருக்கின்றன என்று சொல்லலாம். இவை ஐரோப்பியர் நடமாட்டம் அதிகமாக உள்ள பகுதிகளாக ஆகும்தோறும் இவற்றின்மீதான சர்வதேச அக்கறை அதிகரிக்கிறது. அது இந்திய நலன்களுக்குச் சாதகமானது. மேலும் பெரும் பொருட்செலவில் இச்சாலைகளைப் பராமரிக்கும் ராணுவத்தின் பணத்தில் பெரும்பகுதி திரும்பக்கிடைக்கிறது. ஆனால் அரசு இங்கே இந்திய நடமாட்டத்தை ஊக்குவிப்பதாகத் தெரியவில்லை. எங்கள் பயணத்தில் நாங்கள் எங்களைத்தவிர பிறரை அபூர்வமாகவே கண்டோம்.

ஸூரு-ஸன்ஸ்கர் சமவெளி (Suru-Zanskar Valley) இன்றும்கூட சுற்றுலாவுக்குரியதல்ல. நல்ல உடல்நலமும், சாகஸங்களில் உண்மையான ஆர்வமும், நிலக்காட்சிகள் மீது பித்தும் கொண்டவர்கள் மட்டுமே இங்கே பயணம் செய்யமுடியும். ஆகவே நான் எவரையும் பொதுவாக இங்கே செல்லும்படி சிபாரிசு செய்யமாட்டேன். காரணம் உணவு தண்ணீர் முதலியவை கிடைப்பதில்லை. மனித அசைவே

பெரும்பாலும் கிடையாது. மிகமிக அபாயகரமான சாலை. வண்டி பழுதானால் அதற்கு அடுத்த கணத்து வாழ்க்கை என்பது முழுக்க முழுக்க அதிருஷ்டத்தை நம்பியதுதான்.

ஆனால் எல்லாம் சரியாக அமைந்தால்கூட முக்கியமான ஒரு சிக்கல் உண்டு. காஷ்மீரை விட்டு மேலே ஏற ஏற காற்றில் ஆக்ஸிஜன் குறைவு. ஆகவே மூச்சுத்திணறலும் தலைவலியும் வரும். எனக்கு தலைவலி வரவில்லை. ஆனால் நுரையீரல்மீது ஒரு இரும்புச்சட்டையை போட்டு விட்டதுபோல ஒரு கனம், பிடிப்பு இருந்துகொண்டே இருந்தது. பத்தடி நடந்தால்கூட வாய்வழியாக மூச்சுவிட்டு குனிந்து நின்றுவிட வேண்டும். எத்தனை மூச்சுவிட்டாலும் போதாது.

ஒரே வழி மாணவர் ராணுவப்பயிற்சிகளில் கற்றுக்கொடுப்பதுதான். நெஞ்சை நன்றாக நிமிர்த்தி ஆழமாக மூச்சை உள்ளிழுத்து வைத்திருந்து வெளியே தள்ளினால் அந்தப் பிடிப்பு குறையும். வாயால் பலமுறை ஆழமாக அதைச் செய்யும்போது ஏற்படும் நிம்மதியை அனுபவிப்பதற் காகவே அந்த மூச்சுத்திணறலை வரவேற்கலாம் என்று திரும்பிவந்த பின் தோன்றுகிறது. ஆனால் சிறிய அளவில் இதயநோயோ உயர் ரத்த அழுத்தமோ உடையவர்களுக்குக் கூட இப்பகுதி மிக அபாயகரமானது. அதை ஆரம்பத்திலேயே எச்சரித்துவிடுகிறார்கள்.

கிருஷ்ணனுக்கும் கிருஷ்ணராஜ்-க்கும் மூச்சுத்திணறலுடன் தலை வலியும் இருந்தன என்றார்கள். ஒருகோப்பை குளிர்ந்த நீரைக் குடித்தால் உடனே அந்தத் தலைவலி நின்றுவிடும். அரைமணிநேரம் தாக்குப் பிடிக்கலாம். மீண்டும் தாக்கும். என் உடல்நிலை எச்சிக்கலும் இல்லாமல் இருப்பதை உறுதிசெய்துகொண்டேன். குழுவிலேயே தேவதேவனுக்கு அடுத்தபடி நான்தான் மூத்தவன்.

விடுதியறையில் இரவில் எனக்கு சரியாகத் தூக்கமில்லை. ஒன்பது மணிக்கு படுத்ததுமே தூங்கிவிட்டேன். நள்ளிரவு ஒரு மணிக்கு விழித்துக்கொண்டேன். அதன்பிறகு இரண்டுமணிநேரம் மூச்சுத் திணறல், குளிர் நடுக்கம். தூக்கமில்லாமல் படுத்திருக்கையில் அந்த இரவு நீண்டு நீண்டு சென்றுகொண்டே இருப்பதுபோல் தோன்றியது. நினைவுகூர வேண்டியவர்களை முழுக்க நினைவுகூர்ந்து கற்பனை செய்யவேண்டியவற்றை முழுக்க கற்பனைசெய்து சலித்து நேரத்தைப் பார்த்தால் ஒருமணிநேரம் கூட தாண்டியிருக்கவில்லை. இப்படியே விடியப்போகிறது என நினைத்திருக்க எப்போதோ தூங்கிப்போனேன்.

காலையில் எழுந்து குளித்து வெயில் எழுவதற்குள்ளேயே கிளம்பினோம். எங்கள் இலக்கு ஸூரு சமவெளியைத்தாண்டி ஸூரு சமவெளி வழியாக பென்ஸீலா கணவாய் (Pensi La Pass) வழியாக படும் (Padum) என்ற இடம் வரை செல்வது. இந்திய எல்லை அங்கே

பர்க்காசிக் பனிப்படுகை

முடிகிறது. அது ஒரு ராணுவமையம். அதற்குமேல் அனுமதி கிடையாது. உண்மையில் அந்த மலைச்சாலை ராணுவநோக்கத்துக் காகப் போடப்பட்டது. பெரிய சக்கரங்களும் உயரமான அடிப்பக்கமும் கொண்ட ராணுவ டிரக்குகள் அங்கே பெரிய சிக்கலில்லாமல் செல்லமுடியும். நாங்கள் கிளம்பிய சிலநிமிடங்களிலேயே அந்தச் சாலையில் மணிக்கு பத்துகிலோமீட்டர் வேகத்திலேயே செல்ல முடியும் என்று கண்டுகொண்டோம்.

மிக அபாயகரமான சாலை. கூழாங்கற்கள் பரவிய மெல்லிய மலைக் கிறல் என்று அதைச் சொல்லலாம். ஒருபோதும் சுற்றுலாப்பயணிகளை அந்த சாலைவழியாகப் பயணிக்க ஆலோசனை சொல்லமாட்டேன். பிரச்சினைகளுக்குத் தயாரான மனம் கொண்டவர்களுக்கானது அது. நான் எப்போதும் இத்தகைய அபாயங்களை பொருட்படுத்துபவன் அல்ல. ஆனால் இம்முறை அஜிதன் கூடவே இருந்தான். அது ஒரு படபடப்பை அளித்தபடியே இருந்தது.

வழியில் ஓர் ஓடையை தாண்டவேண்டியிருந்தது. வண்டியில் இருந்து இறங்கி ஓடையை பாறைகள் வழியாக குதித்தும் நீரில் முழங்கால்வரை நனைந்துகொண்டும் தாண்டினோம். பனியுருகிய நீரில் கால்பட்ட போது முதலில் ஒரு மரத்தல். கால்சதை ரப்பராக மாறியதுபோல. பின்பு நரம்புகள் வழியாக ஓர் உளைச்சல் படர்ந்தேறியது. முழங்கால் வரை நரம்புகள் நீலம் பாரித்து புடைத்துவிட்டன. ஓட்டுநர் வண்டியை நீரில்

| 42 |

இறக்கி மறுபக்கம் கொண்டுவந்தார். கவிழ்ந்துவிடப்போவது போல சரிந்தும் அசைந்தும் மறுபக்கம் வந்து நின்றது வண்டி.

மலைகளைப் பார்த்துக்கொண்டே பயணம் செய்தோம். ஸ்ரீநகரில் இறங்கியது முதலே மலைகளைத்தான் பார்த்துக்கொண்டிருக்கிறோம். மலைகள் சலித்துப்போக வேண்டும். ஆனால் ஒவ்வொரு மலையும் ஒரு புதியமனிதரைப்போல இருந்தது. வடிவங்களின் முடிவிலி. வழிந்தோடிய நிலையில் நிலைத்துப்போனவை. சரிந்துவிழப்போன நிலையில் பிரமித்தவை. அள்ளிக்குவிக்கப்பட்டவை. நேர்வெட்டாக வெட்டி விலக்கப்பட்டவை. விரல்களால் அளையப்பட்டவை. பிசைந்து உருட்டி வைக்கப்பட்டவை. பியித்து எடுக்கப்பட்டு எஞ்சியவை.

மலையடிவாரங்கள் உருகிச்சென்ற பனியால் அரிக்கப்பட்டு விதவிதமான சிலைவடிவங்களை அமைத்திருந்தன. நான் அமெரிக்காவில் கிராண்ட் கான்யன் ஆற்றுப்படுகையில் கண்டதுபோல ஒன்றுக்குமேல் ஒன்றாக அடுக்கப்பட்ட கூம்புகள். மண்கோபுரங்கள். கஜ⁻ராஹோ ஆலயங்களில் உள்ளதுபோன்ற கோபுரங்களால் ஆன கோபுர வடிவங்கள். வெயிலின் கோணம் மாறுபடும்தோறும் கோபுரங்கள் மாறிக்கொண்டே இருந்தன. சில புன்னகைக்கும் முகங்கள். சில தியானத்திலாழ்ந்த தலைகள். மலைகளின் பக்கவாட்டில் நீண்டு சரிந்த நிழல்களின் குளிரை இங்கிருந்தே உணரமுடியும் போலத் தோன்றியது.

மலைகள் எழுப்பும் கற்பனைகளுக்கு அளவே இல்லை. அந்த மலைக்கு வியல்களில் அனேகமாக எவற்றிலும் மனிதக்காலடிகள் பட்டிருக்க வாய்ப்பில்லை. மலையிடுக்குகளின் இருண்ட ஆழங்களில் இன்னும் கூட மானுடம் அறியாத மர்மங்கள் இருக்கலாம். வினோத மிருகங்கள். விசித்திரமான கனிமங்கள். கற்பனையில் அந்த மலையிடுக்குகள் வழியாக ஏறிச்சென்று இருண்டு குளிர்ந்த இடுங்கிய வழியில் நடந்தேன்.

ஸூரு சமவெளி இமயமலையின் நன்கு பாதுகாக்கப்பட்ட அழகிய ரகசியங்களில் ஒன்று என சுற்றுலாத்துறை விளம்பரம் செய்கிறது. உண்மையிலேயே கடுமையான தேடல் கொண்டவர்கள் மட்டுமே அங்கே சென்றுசேர முடியும். ஸூரு ஆறு மேலும் மேலும் கடுமை யானதாக ஆனபடியே வந்தது. அதன் ஒலி அருவியொன்று பக்கத்தில் கொட்டுவதுபோலக் கேட்டுக்கொண்டிருந்தது. ஆற்றின் இருபக்கமும் விரிந்த புல்வெளியின் பச்சைக் கதுப்பு மீது வால்களை உதறியபடி குதிரைகள் மேய்ந்துகொண்டிருந்தன. வெள்ளைக்குதிரைகள், கரியகுதிரைகள், மாந்தளிர் நிறம் மின்னும் குதிரைகள்.

ரங்தூம் செல்லும் வழியில்...

இங்கே கோடைகாலம் தொடங்கி பனி உருக ஆரம்பித்ததும் குதிரை களையும் மாடுகளையும் கொண்டு நிலங்களை உழுது பயிரிட்டு விடுகிறார்கள். அதன்பின் குதிரைகள் முழுமையாகவே அவிழ்த்து விடப்படுகின்றன. அவை மேய்ந்து உடலைப்பெருக்கிக் கொள்கின்றன. மக்கள் புல்லை வெட்டி வெட்டி வீட்டுக்குமேலே மெத்தை மெத்தையாகச் சேர்த்துக்கொள்கிறார்கள். ஸூரு சமவெளி மக்கள் முழுக்கவே வைக்கோல் போருக்கு அடியில்தான் வாழ்கிறார்கள் என்று சொல்லலாம்.

வீடுகளின் அடித்தளத்தில் தொழுவம் உள்ளது. தொழுவம் என்றால் நமது ஊர்போல திறந்த கொட்டகை அல்ல. உள்ளே செல்வதற்கான வழி மட்டுமே உள்ள அறைகள் அவை. அவற்றுக்குமேல் பலகைகள் போடப்பட்டு மனிதர்களுக்கான குடியிருப்பு. மேலே புல்லும் கீழே மாடுகளும் நடுவே மனிதர்களும் என்பதுதான் சன்ஸ்கரின் வீட்டு அமைப்பு. பூட்டானில் இதேபோன்ற வீடுகளைக் கண்ட நினைவு வந்தது.

குளிர் ஆரம்பிப்பது வரை குதிரைகள் காட்டுமிருகங்கள்தான். அவை எதைப்பற்றியும் கவலைப்படாமல் மேய்ந்துகொண்டிருந்தன. வெயில் அடித்த இடங்களில் படுத்து குஞ்சிரோமம் காற்றில் பறக்க கண்மூடி அசைவிழந்து அமைந்திருந்தன. மாடுகள் மேயும் புல்வெளி மனதுள்

| 44 |

ஆழ்ந்த அமைதியை நிறைக்கிறது. வாழ்க்கை சிக்கலற்றதாக இனிய ஒழுக்காக தோன்றச்செய்கிறது.

ஸ்ாருசமவெளி இமயமலையின் பனிப்பாலைவெளியில் உயிரின் சிறு குமிழி. அந்தச்சிறு படுகையில் பலவகையான பறவைகள். முக்கியமாக செவ்வலகு கொண்ட காகம். (Red-billed Chough) நமது ஊர் காகங்களை விடப்பெரியது. அலகு மஞ்சள்நிறமாக இருப்பதுபோலத்தான் எனக்குப்பட்டது. அபூர்வமாக பெருங்காகமாகிய ராவன். தூரத்தில் இருந்து பார்த்தால் ஏதோ சிறிய தேங்காய்நெற்று என்று தோன்றக்கூடிய திபெத்திய பனிக்காகம் (Tibetan Snowcock). அத்துடன் யாக்குகளும், பசுக்களும், கழுதைகளும், குதிரைகளும் மேய்ந்துகொண்டிருந்தன.

ஒரு தமிழனுக்கு சுழித்தோடும் நீரில் இறங்கி குளிக்கவேண்டும், குறைந்தது காலையாவது நனைக்கவேண்டும் என்ற ஆசை எழுந்து கொண்டுதான் இருக்கும். ஆனால் ஸ்ாரு ஒரு மரண ஆறு. அதன் பனிக்கட்டிநீரை உள்ளூர்க்காரர்களே கூடுமானவரை தீண்டுவதில்லை. வேகமும் அதிகம். கிட்டத்தட்ட நான்குநாட்கள் ஸ்ாருவை பார்த்துக் கொண்டே சென்றோம். நான் சிந்துவைப் பார்த்ததில்லை. சிந்துவின் இந்தத் துணைநதி சிந்துவேதான். ஆனால் தொடமுடியவில்லை.

ஸ்ாருசமவெளியில் உள்ள ஜூலிடாக் என்ற கிராமத்தை அடைந்தோம். அங்கே இருந்த டீக்கடையில் டீ குடித்தோம். மதிய உணவுக்குச் சொன்னோம். அஜிதனுக்கு கம்பிளியால் செய்யப்பட்ட காலுறைகள் வாங்கிக்கொண்டேன். கனமானவை. கையால் பின்னப்பட்டவை. இருநூற்றைம்பது ரூபாய் விலை சொன்னார்கள். வேறு எங்கும் பயன்படுத்தமுடியாது. ஆனால் அங்கே குளிரில் அவன் கால்கள் விரைப்பதாகச் சொன்னான்.

ஜூலிடாக் கிராமத்துக்கு அப்பால் ஸ்ாரு சமவெளி இன்னும் விரிவாகப் பரவ ஆரம்பிக்கிறது. பிரம்மாண்டமான ஏரி ஒன்று வற்றிப்போன அடிநிலம் போலத் தோன்றுகிறது அது. பதினைந்து கிலோமீட்டருக்கு மேல் நீளமும் பத்துகிலோமீட்டர் அகலமும் கொண்ட பிரம்மாண்ட மான கூழாங்கல் பரப்பு. சாலை மலையை ஒட்டி அந்தச் சமவெளியைச் சுற்றிக்கொண்டு செல்கிறது. சமவெளிக்குள் உள்ள விரிந்த புல்வெளியில் மதியவெயிலில்கூட பறவைகள் சிறகடித்து அமர்ந்து கொண்டிருந்தன. அப்பால் சிமெண்ட் சேற்றை அள்ளிப்பரப்பியது போல சதுப்பு. நடுவே ஸ்ாரு ஓடிக்கொண்டிருந்தது.

ரங்தூம் மடாலயம் தெரிய ஆரம்பித்தது. திபெத்திய கெலுக்பா மதப்பிரிவால் அமைக்கப்பட்ட இந்த மடாலயம் பதினெட்டாம் நூற்றாண்டில் கட்டப்பட்டது. அள்ளி அணைக்கவரும் கரங்கள் போல அரைவட்டமாக விரிந்த இமயமலை முகடுகளுக்கு நடுவே தன்னந்

ரங்தூம் மடாலயம்

தனியாக நிற்கும் செங்குத்தான பாறைக்குன்றுக்கு மேல் கட்டப்பட்ட இந்த மடாலயத்தின் தோற்றமே அற்புதமானது. யானைக்கூட்டங் களுக்கு கீழே குட்டி நின்றுகொண்டிருப்பதுபோல.

குன்றின் பாதி உயரம் வரை கார் செல்லமுடியும். அங்கிருந்து மடாலயத்துக்கு ஏறிச்செல்லவேண்டும். அதற்கு கல்லை அடுக்கிப் போடப்பட்ட படிகள். பழைமையான கட்டடம். திபெத்தின் வீடுகளைப்போலவே மடாலயமும் கட்டப்பட்டிருந்தது. மலைக்கற் களை அடுக்கிக் கட்டியிருந்தனர். கூழாங்கற்களின் உருளைத்தன்மை காரணமாக சுவர்களுக்கு சமமான பரப்பும் மடிப்புகளில் கூர்மையும் அமைவதில்லை. ஆகவே ஒட்டுமொத்த கட்டடமே ஒருவகையான வளைவுத்தன்மையுடன் இருக்கும். கட்டடத்தின் உயிரற்ற தன்மைக்கு பதிலாக இந்த மழுங்கல் ஓர் உயிர்த்தன்மையை அளிப்பதாகத் தோன்றியது.

சுவருக்குமேல் சாணியையும் மண்ணையும் குழைத்து பூசியிருந்தனர். அதில் பூசிய கைவிரல்கள் தெரிந்தன. இளஞ்சிவப்பு நிறம் பூசப்பட்ட மடாலயச்சுவர்களில் ஆங்காங்கே சுவரோவியங்கள் சிவப்பு நீலம் மஞ்சள் வண்ணங்களைக்கொண்டு வரையப்பட்டிருந்தன. சுவர்களுக்கு மேலே பெரிய மரத்தடிகள் பரப்பப்பட்டு இரண்டடி உயரத்துக்கு சுள்ளிகள் அடுக்கப்பட்டிருந்தன. சுள்ளிகளின் சுவரோர விளிம்பு கச்சிதமாக தெரிந்தது. அதில் செவ்வண்ணம் பூசப்பட்டிருந்தது.

சுள்ளிகளுக்கு மேல் இமயத்தின் சப்பைக்கற்கள் வைக்கப்பட்டு மேலே மண் பூசப்பட்டிருந்தது. கனமான பெரிய துரண்கள்.

இங்குள்ள ஒரு கல்வெட்டின்படி இந்த மடாலயம் இருநூறாண்டு களுக்கு முன்பு கெலெக் யாஷி டாக்பா (Gelek Yashy Takpa) என்ற திபெத்திய மதகுருவால் ஸூரு பள்ளத்தாக்கை ஆண்ட பௌத்த மன்னர் சேவாங் மாங்யுல் (Tsewang Mangyul) அவர்களின் உதவியால் கட்டப் பட்டது. மடாலயத்தில் நாங்கள் செல்லும்போது பதினைந்து பௌத்த பிக்குகள் இருந்தனர். பூசைகளும் வகுப்புகளும் முடிந்து அவர்கள் ஓர் அறையில் அமர்ந்து பேசிக்கொண்டிருந்தனர். இந்த மடாலயத்துக்குச் சொந்தமாக நிறைய கழுதைகள் உள்ளன. அவை சுற்றியுள்ள புல்வெளிகளில் மேய்ந்தன. அவற்றை ஓட்டிச்சென்று வெளியே இருந்து உணவுப்பொருட்களைக் கொண்டுவந்தால்தான் அங்கே வாழ முடியும். பௌத்தபிட்சுகளில் பாதிப்பேர் வெளியே சென்றிருந்தார்கள்.

தலைமைபிட்சு வந்து எங்களுக்கு சைத்யத்தை திறந்து காட்டினார். திபெத்திய பௌத்த கோயில்கள் அனைத்துக்கும் உரிய அமைப்புதான். உயரமான இரு பீடங்கள். ஒன்று தலாய் லாமாவுக்கும் இன்னொன்று பஞ்சன் லாமாவுக்கும். இரண்டிலும் அவர்களின் படங்கள் வைக்கப் பட்டிருந்தன. அவற்றுக்கு முன்னால் தரையில் விரிக்கப்பட்ட தோல் இருக்கைகளில் செம்பட்டு விரிக்கப்பட்டிருந்தது. அவற்றின் முன்னால் உள்ள உயரமற்ற மேஜையில் பொன்னிற வேலைப்பாடுகள் கொண்ட செம்பட்டு. மேஜைமேல் நூல்கள் விரிந்த நிலையில் கிடந்தன.

உயரமான அந்த அறையின் நடுவே கூரையமைப்பு மேலே திறந்து ஒளி உள்ளே கொட்டும்படி அமைக்கப்பட்டிருந்தமையால் அறை ஜொலித்துக் கொண்டிருந்தது. சுவர்களில் திபெத்தியச் சுவரோவியங்கள். இருபக்கமும் துவாரபாலகர்களான பூதங்கள். திபெத்திய மகாகாலபூதத்தின் வடிவம் நீலநிறத்தில் வரையப்பட்டிருந்தது. தர்மபாலன் என்று திபெத்தியர்கள் வழிபடும் இந்த பூதம் அழியாத பௌத்த தர்மத்தின் காவலனும்கூட. திபெத்திய காலசக்கரத்தின் ஓவியம் சுவரில் இருந்தது. சுவரோரமாக இருந்த பெரிய அலமாரியில் கண்ணாடிக்கு அப்பால் நூற்றுக்கணக்கான வெண்கலச்சிலைகள். புத்த மைத்ரேயர், சாக்யமுனி புத்தர், தாராதேவி, போதிசத்வர்கள். டோங்கா எனப்படும் திபெத்திய ஓவியத்திரைகள் தொங்கின.

பட்டில் பொதியப்பட்ட நூற்றுக்கணக்கான சுவடிகளில் நூல்கள் அடுக்கப்பட்டிருந்தன. பல தொன்மையான திபெத்திய மடாலயங்களில் பற்பல நூற்றாண்டுக்கால பழைமை கொண்ட நூல்கள் பாதுகாக்கப் பட்டிருந்தன. அங்கே சுவடிகளும் தோல்புத்தகங்களும் செல்லரித்தோ பூச்சிகளாலோ அழிவதில்லை. இயற்கையான குளிர்சாதன வசதி

பத்மசம்பவர்

வஜ்ரயோகினி புத்தர்

கொண்டவை. பௌத்தஞானத்தின் அழிந்து பட்ட பல தொன்மையான நூல்கள் திபெத்திய மடாலயங் களில் இருந்துதான் மீட்கப் பட்டன. தாராநாத் பானர்ஜி திபெத்திய பௌத்த நூல்களைக் கண்டடைந்து ஆங்கிலத்தில் மொழியாக்கம் செய்தவர்களில் முக்கியமானவர்.

குருபீடங்களுக்குப் பின்பக்கம் சுவரை ஒட்டி பிரம்மாண்டமான சிலைகள் இருந்தன. நடுவே சாக்கியமுனி புத்தரின் சிலை பூமிஸ்பர்ச முத்திரையுடன் அமர்ந்திருந்தது. வலதுபக்கம் திபெத்திய பௌத்தமதத்தை நிறுவியவரான பத்மசம்பவர் இடக்கையில் வஜ்ரமும் வலக்கையில் அறிவுறுத்தல் முத்திரையும் உறுத்த விழிகளுமாக அமர்ந்திருந்தார். இடப்பக்கம் வஜ்ரயோகினியை தழுவிய நிலையில் உள்ள வஜ்ரயோக புத்தர். வஜ்ரயோகினிக்கும் புத்தருக்கும் நான்குதலைகளும் கோரைப்பற்களும் உறுத்துவிழிக்கும் கண்களும் இருந்தன.

மூன்றுசிலைகளின் இருபக்கமும் சற்று சிறிய சிலைகள். மடாலயத்தை அமைத்த கெலெக் யாஷி டாக்பாவின் சிலை இருந்தது. மேலும் பல லாமாக்களின் சிலைகள். இச்சிலைகள் எல்லாமே மரத்தால் செய்யப் பட்டவை. அவற்றின்மீது அரக்கு பூசப்பட்டு உறுதிப்படுத்தப்பட்ட பின்பு மேலே செந்நிறமும் வெண்ணிறமும் பூசப்படுகிறது. பொன்னிறத்தில் அணிகளும் ஆடைகளும் வரையப்படுகின்றன. மூன்றாள் உயரமான சிலைகள் நுணுக்கமான சிற்ப-ஓவிய வேலைப் பாடுகள் கொண்டவை. அந்தச் சூழலில் நாம் தொன்மையான ஓர் உலகத்தின் முன்னால் சென்று நிற்பதுபோன்ற கனவை மனதில் நிறைத்தன அச்சிலைகள்.

ரங்தூம் மடாலயத்தை சுற்றி வந்தோம். அங்கே அமைதி இறுகிச் செறிந்து கிடந்தது. கையால் அந்த அமைதியை அள்ளிவிட முடியும், அளைய முடியும் என்பதுபோல. குளிர்ந்த காற்று, கண்களை கூசச் செய்யாத மிதமான வெளிச்சம், வசந்தகாலத்தின் மண்மணம், தூரத்து

மலைகளின் விரிந்த சரிவுகள் எல்லாமே அமைதியின் வடிவங்களாக இருந்தன.

மீண்டும் ஜூலிடாக் கிராமத்துக்கு வந்தோம். சமவெளியில் இறங்கி கூழாங்கல் பாதையில் அசைந்து அசைந்து வருவதற்கு இரண்டு மணிநேரம் ஆகியது. மாலையாகிவிட்டிருந்தது. ஜூலிடாக் கிராமத்தை கிராமம் என்று சொல்வது மங்கலவழக்கு. மொத்தமே இருபது வீடுகள். இரண்டு டீக்கடைகள். வீடுகளைச்சுற்றி மலைக் கற்களை அடுக்கி இடுப்பளவு உயரத்தில் சுவர் போலக் கட்டி யிருந்தார்கள். ஊர்நடுவே திபெத்திய பிரார்த்தனை உருளை கொண்ட ஒரு சிறிய கோயில். நான்கு சிறிய திபெத்திய வழிபாட்டுகோபுரங்கள். அவ்வளவுதான்.

இங்குள்ள மக்கள் மஞ்சள் இனத்தவர்கள். பகார்வால்கள் (Bakarwal) என்று அழைக்கப்படும் மேய்ச்சல்நில மக்கள். மொத்த ரங்தூம் பகுதியிலும் இரண்டே கிராமங்கள்தான். இன்னொரு கிராமமான யுல்டோவை இங்கிருந்து பார்த்தாலே காணலாம். இந்த மக்கள் குறுகிய கோடைகாலத்தில் பயிரிடப்படும் கோதுமையை மட்டுமே விளைச்சலாகப் பெறுகிறார்கள். சிலசமயம் அறுவடையே நிகழாமல் போகும் என்கிறார்கள். தானியத்தையும் வைக்கோலையும் தங்களுக்கும் மிருகங்களுக்கும் உணவாக வைத்துக்கொள்கிறார்கள்.

இவர்களின் முக்கியமான வருவாய் செம்மறியாட்டின் ரோமமும் யாக்கின் தோலும் குதிரைகளும்தான். அவற்றை கார்கில் வரை நூறு

கிலோமீட்டருக்குமேல் மலைப்பாதையில் பயணம்செய்து கொண்டு சென்று விற்கிறார்கள். அவசியமான பொருட்களை வாங்கிக்கொண்டு திரும்ப வருகிறார்கள். அது வருடத்திற்கு ஒருமுறை மட்டுமே. எஞ்சிய நாளெல்லாம் மேய்ச்சல், குளிருக்கு அடக்கமாக வீட்டுக்குள் அமர்ந்திருத்தல் என மந்தமாக நகரும் வாழ்க்கை. காலம் மிக நீண்டது. வாழ்க்கைச்செயல்பாடுகள் மிகமிகக் குறைவு. கிட்டத்தட்ட முதலைகள்போன்ற வாழ்க்கை.

ஆனால் இவர்களின் நுரையீரல்கள் மிக வலிமையானவை. பெரிய எடைகளுடன் இவர்கள் ஏறிச்செல்லும் மலைச்சரிவுகளைக் காணும் போது நமக்கு நெஞ்சு வலிக்கும். கோடைநிலங்களுக்குரிய பலவகை யான தொற்றுநோய்கள் இங்கில்லை. ஆகவே மருத்துவ வசதிகள் ஏதும் இல்லை. கல்வி, மருத்துவம் அனைத்துக்கும் மடாலயத்தையே நம்பியிருக்கிறார்கள். ஆனால் இவர்களின் ஆயுள் மிக நீண்டது. நூறு வயதுவரை வாழ்வது ஆச்சரியமான நிகழ்வே அல்ல.

இன்று நிலைமை வெகுவாக மாறிவிட்டிருக்கிறது. ஸ்ரு சமவெளியில் பெரும்பான்மையாக வாழ்பவர்கள் ஷியா முஸ்லிம்கள். பர்க்காசிக் கிராமத்துக்குப் பிறகு பௌத்தர்கள் வாழ்கிறார்கள். ஷியா முஸ்லிம்களின் தொடர்ந்த தாக்குதல்களுக்கு ஆளாகும் பௌத்தர்கள் தற்காப்புக்கு வேறு வழியில்லாமல் சென்ற பத்துப்பதினைந்தாண்டு களாக மெல்ல கிறித்தவர்களாக மாறிக்கொண்டிருக்கிறார்கள். இங்கே வந்து தங்கும் கிறித்தவபோதகர்கள் அவர்களுக்கு நிதியுதவியும் சட்ட உதவியும் வழங்குகிறார்கள். அது ஒரு அதிகாரச் சமநிலையை இங்கே உருவாக்கியிருக்கிறது.

பௌத்தர்கள் பெரும்பாலானவர்கள் கிறித்தவ இரண்டாம் பெயருடன் இருக்கிறார்கள். ஆனால் அவர்கள் பௌத்தத்தையும் விட்டதாகத் தெரியவில்லை. மடாலயங்களுக்குச் செல்வதும் பௌத்தச் சடங்கு களைச் செய்வதும் தொடர்ந்து நிகழ்கிறது.

ஜூலிடாக்கிலேயே தங்கலாமென முடிவெடுத்தோம். மணி ஐந்தாகி விட்டிருந்தது. அதற்குள் நல்ல குளிர் ஆரம்பித்தது. டீக்கடையில் பேசினோம். டீக்கடைக்காரரின் வீடு அருகில்தான். டீக்கடையையே வலுவான நிரந்தரக் கட்டடமாகக் கட்டி மேலே சுற்றுலாப்பயணி களுக்கான அறைகளை அமைத்துக்கொண்டிருந்தார். பக்கத்திலும் ஒரு கட்டடம் கட்டிக்கொண்டிருந்தார். 'அடுத்தமுறை வரும்போது வசதியாக தங்கலாம் சார்' என்று சிரித்தபடி சொன்னார்.

ஆனால் அங்கே அதிகம் பயணிகள் வருவதுபோலத் தெரியவில்லை. அவ்வளவு சிரமப்பட்டு வருபவர்கள் பெரும்பாலும் ரங்தூம்

மடாலயத்துக்கு வரும் பௌத்த தீர்த்தாடகர்கள்தான். நாங்கள் சென்ற அன்று ஒரே ஒரு பயணிகள் குழுவைத்தான் பார்த்தோம். சீனத்தோற்றம் கொண்டவர்கள். மூன்று பெண்கள். சிரித்துப்பேசிக்கொண்டு சாப்பிட்டார்கள்.

ஜூலிடாக்கில் ஓட்டல் உரிமையாளரின் இல்லத்தில் தங்குவதற்கு முடிவெடுத்தோம். அவரது வீடு கிராமத்துக்குள் இருந்தது. அவரது மனைவியும் இரு குழந்தைகளும் தங்கையும் அங்கே இருந்தனர். வீடு திபெத்திய வழக்கப்படி கீழ்த்தளத்தில் தொழுவத்துடன் இருந்தது. மேலே மரத்தரையிட்ட அறைகள். அதற்குமேலே சுள்ளியடுக்கி புல்மெத்தை ஏற்றப்பட்ட கூரை.

எங்களுக்கு அளிக்கப்பட்ட இரு அறைகளும் நன்றாகவே இருந்தன. ஐந்துபேர் வசதியாகவே தங்கலாம். பயணிகள் தங்குவதற்காகவே வடிவமைக்கப்பட்டவை. மெத்தைகள் போடப்பட்டு குட்டி மேஜை களுடன் அமர்ந்து பேசவும் படுக்கவும் வசதியானவையாக இருந்தன. கனமான ரஜாய்கள் ஓரமாக அடுக்கப்பட்டிருந்தன. எல்லாமே பளிச்சிடும் நிறம் கொண்டவை. நம்முடைய இல்லங்களில் நாம் அப்படி ரத்தச்சிவப்பு நிறத்தை பரப்பி வைப்பதில்லை. ஆனால் ரங்தூமின் பனிப்பாலையில் வெண்மையும் காபிநிறமும்தான் ஒரே வெளியுலக நிறங்கள். இல்லத்திலாவது நிறங்களை நிறைத்துக்கொள்ள வேண்டியிருக்கிறது. நிறம் என்பது உயிரின் வெளிப்பாடு. உணர்ச்சி களின் சின்னம். வாழ்க்கையின் பதிவு.

அறைக்குள் மெத்தையில் படுத்துக்கொண்டேன். கண்ணாடிச்சன்னல் வழியாக வெளியே பார்க்கமுடிந்தது. ரங்தூம் மடாலயம் பெரும் புல்வெளிக்கு அப்பால் மலைகளின் அடியில் தனிமையாகத் தெரிந்தது. ஒரு கோணத்தில் மடியில் கையை வைத்து கண்மூடி அமர்ந்திருக்கும் சாக்கியமுனியின் தோற்றம் போலவே இருந்தது அந்தக்குன்று. அதன்பின்னால் மலைச்சரிவுகளில் மாலை ஒளி விரிந்து கிடந்தது. வெள்ளிமுடி சூடிய மலைச்சிகரங்கள் காலமின்மையில் அமைந்திருந்தன.

மடாலயத்தையே பார்த்துக்கொண்டிருந்தேன். ஓங்கிய மாமலை களுக்கு முன்னால் சிவப்புக்குல்லாயுடன் பணிந்து நிற்பது போல தெரிந்தது. மறுகணம் அந்த மலைகளிடமிருந்து எதையோ கேட்டு பிடிவாதத்துடன் நின்றுகொண்டிருப்பதுபோல. இந்தப் பகுதியில் குளிர்காலத்தில் எவருமே இருக்கமாட்டார்கள். மடாலயத்தில் மட்டும் பிட்சுகள் இருப்பார்கள். ஒருவரோடு ஒருவர் ஒட்டியவர்கள் போல, நடுவே எரியும் நெருப்புடன், ஒருவேளை உணவுண்டு, மந்திரமும் தியானமுமாக.

ஏன் இங்கே இந்த மடாலயம் கட்டப்பட்டது? இந்தப்பனிமலைகளின் மௌனத்திலிருந்து அது எதைக் கற்றுக்கொள்கிறது?

மிகமெல்ல ஒரு தியானநிலை கைகூடி வந்தது. நானும் காலமற்ற வனானேன். என் சிந்தனை கரைந்தழிய கண் மட்டும் உயிருடன் எஞ்சியது. பசுக்களும் குதிரைகளும் மேயும் பசும்புல்வெளியை அப்பால் எழுந்த மலைகளில் மெல்ல நிறம் மாறிக்கொண்டிருந்த மாலைவெயிலை அபாரமான ரத்தினநீல நிறத்தில் மேகமில்லாத துல்லியத்துடன் இருந்த வானை பார்த்துக்கொண்டிருந்தேன். பின்பு அவை மட்டும் அங்கே இருந்தன. பார்ப்பவன் மறைந்துவிட்டிருந்தான்.

கிருஷ்ணனும் நண்பர்களும் வந்து ஸூரு வரை நடந்துசெல்லலாமா என்று கேட்டார்கள். அப்போதுதான் விழித்துக்கொண்டேன். போக ஆசையாக இருந்தது. ஆனால் உடலையும் மனத்தையும் அந்த இடத்திலிருந்து அசைக்க முடியவில்லை. வரவில்லை என்று சொன்னேன். மீண்டும் கண்ணாடிச்சன்னல் வழியாகப் பார்த்துக் கொண்டிருந்தேன். அருகே தேவதேவன் களைத்துப்போய் படுத்திருந்தார்.

மலைச்சிகரத்தின் பனி பொற்கவசமாக ஆகியது. சரிவுகளில் இருள் வழிந்திறங்கி மடிப்புகளுக்குள் தேங்கின. பொற்பூச்சு மெல்ல சிவந்து குருதிப்பூச்சாக ஆகியது. வெளியே மாடுகள் இல்லம் திரும்பும் ஓசைகள். பெண்குரல்கள் அவற்றை அதட்டின. யாக்குகள் மெல்ல

நடந்து கிராமத்தின் சுவர்களுக்குள் சென்று மறைந்தன. கீழே தொழுவத்தில் மாடுகள் முட்டிமோதி நுழையும் ஒலிகள். குழந்தை களின் கிரீச்சிடும் குரல்கள். அப்பால் புல்வெளி நோக்கி ஐந்துபேர் கைகளை ஆட்டிக்கொண்டு பேசிக்கொண்டு சென்று பளபளக்கும் நீர்க்கொந்தளிப்பின் விளிம்பில் நின்றார்கள். வானில் செம்மை கரைந்து கீழிறங்கிக்கொண்டே இருந்தது, மலைகள் நிழல்களாக மாறின.

அனைத்தும் இருண்டபின் வானத்தில் எழுந்து நின்ற மலைச்சிகரத்தின் பனியாலான நுனி மட்டும் பொன்னிறமாக மின்னியது. மண்ணில் இருந்து பிரிந்து அந்தரவானில் நிற்பதுபோல. எவரேயோ ஏற்றிக் கொண்டு செல்ல வந்த விண்ணக பொன்விமானம் போல. கீழே ரங்தூம் மடாலயத்தில் விளக்குகள் எரிய ஆரம்பித்தன. சிறிய மின்மினி போல அது இருளில் நின்றது.

ஏதோ ஒன்று நிகழ்ந்து மெல்ல மெல்ல மறைந்தது. அது நிகழ்ந்ததைப் பார்த்தவன் இல்லாமலிருந்தான். கதவு கிரீச்சிட அஜிதன் உள்ளே வந்தபோது நான்கு பக்கமும் எல்லையற்று திறந்த வெளியில் இருந்து அவன் தன்னை திரட்டிக்கொண்டான். சிதறிய பாதரசப்பிசிறுகளை பெரிய பாதரசத்தால் தொட்டு உருட்டித் திரட்டுவதுபோல இருக்கிறேன் என்ற சொல்லைக்கொண்டு அனைத்தையும் மீண்டும் ஒன்றாக்கிக் கொண்டான்.

5

இரவெல்லாம் சரியாக தூக்கமில்லை. நாங்கள் தங்கிய இடங்களி லேயே மிகக்குறைவாக ஆக்ஸிஜன் இருந்த இடம். மூச்சுத்திணறல் தூக்கத்தை கலைத்துக்கொண்டே இருந்தது. களைப்பினால் தூங்கி நினைவழிந்து செல்லும்போது நுரையீரல் விம்மி விழித்துக் கொள்வேன். அரைத்தூக்க கனவுக்குள்ளும் மூச்சுதான் வரும். மார்பில் எடைகள் ஏறியிருப்பதுபோல. நீருக்குள் மூழ்கி மூச்சழிவதுபோல. வாய்க்குள் மணல் நிறைந்து இறுகுவதுபோல.

நள்ளிரவில் அஜிதன் தலைவலிப்பதாகச் சொன்னான். ஒரு கட்டத்தில் குளிர்ந்தாலும் பரவாயில்லை என்று கதவுகளை திறந்தே வைத்தேன். உடம்பு துள்ளித்துள்ளி விழுந்தது. ஆனால் அவர்கள் வைத்திருந்த ரஜாய்கள் மிகத்தரமானவை.

ரந்தூம் மடாலயத்தைப் பார்த்தபடி காலையில் கண்விழித்தேன். இமாச்சலப்பிரதேசத்தினர் வைக்கும் சிவப்புக்குல்லாய் போல. நேற்றிரவு அது மலைகளுடன் இணைந்திருந்து காலையில் உதிர்ந்து தனித்துக்கிடப்பதுபோல. ஆலமரத்தடியில் ஒரு சிறு விதை.

அந்த வீட்டில் ஒரே ஒரு கழிப்பறைதான். அதுவும் பாரம்பரிய முறையிலானது. ஓர் ஓட்டைவழியாக மலமும்நீரும் குழாயில் புகுந்து மண்ணுக்குள் செல்லும். குளிக்க வெந்நீர் கிடையாது என்று முன்னரே சொல்லிவிட்டார்கள். குளிக்கும் வழக்கமே அங்கில்லை. பல்தேய்ப்பது வீட்டுக்குமுன்னால் ஓடிய ஒரு சிற்றோடையில். அந்த தண்ணீர் பனிக்கட்டிபோல இருந்தது. வாய்கொப்பளித்தபோது திரும்ப துப்ப உதடுகளை அசைக்கமுடியவில்லை. கொஞ்சநேரத்துக்கு பேச்சும் வரவில்லை

சரியும் பனி

ஏழுமணிக்கு கடைக்குச்சென்று காலையுணவாக மாகி நூடில்ஸ் சாப்பிட்டோம். இமயமலைப்பகுதிகளில் கிடைக்கும் தயார் உணவு மாகிதான். அங்கே உணவை தயாரித்து வைக்கும் வழக்கமே இல்லை. நாம் கேட்டபின்னர்தான் சமைப்பார்கள். அதற்கு எளியது மாகிதான். அதன் சுவையும் அவர்களுக்கு பிடித்திருக்கிறது. முட்டைக்கோஸ் செதுக்கிப்போட்டு நீர்விட்டு கொதிக்கச்செய்து கிண்ணத்தில் எடுத்து தந்துவிடுகிறார்கள். பத்துருபாய் உறைக்குள் உள்ள மாகி சமைக்கப் பட்டால் முப்பது ரூபாய் மதிப்புள்ளதாக ஆகிவிடுகிறது.

ரங்தூம் மடாலயத்தை தாண்டி ஸூரு ஆற்றின் கரையினூடாகச் சென்ற கூழாங்கல் பாதையில் முன்னேறினோம். மேலே செல்லச்செல்ல பாதை இன்னும் அபாயமானதாக ஆகியது. குளிர் ஏறி ஏறி வந்தது. ஸூரு ஆற்றின் தொடக்கம் தெரிய ஆரம்பித்தது. மலையில் இருந்து இறங்கி ஆறுவரை வந்து சரிந்துகிடந்தது ஒற்றைப்பனிப்பாளம். பனிப்பாளம் மலையுச்சியில் தூயதாக இருந்தாலும் கீழே கரிய மண்ணுடன் கலந்து பிளந்திருந்தது. திமிங்கலத்தின் உடல் போல.

ஸூரு ஆற்றை நோக்கி பனிப்பாளங்கள் ஒன்றின் மேல் இன்னொன்று அமர்ந்து மெல்லச்சறுக்கி இறங்கின. கீழே இருந்த பனிப்பாளம் மேலே அமரும் பனிப்பாளங்களின் எடையால் மெல்லப்பிளந்தது. புகைபடிந்த பற்கள் போன்ற பனிப்பலகைகள். அவை நெக்குவிட்டு மடிந்து

ஆற்றுநீரை நோக்கி மண்டியிடுபவை போல அமர்ந்தன. அவற்றின் மெல்லிய முனகலைக்கூட கேட்கமுடியும் என்று தோன்றியது.

பனிப்பாளங்கள் சரிவதைப் பல படங்களில் பார்த்திருக்கிறேன். அப்போதெல்லாம் அது ஓர் அழகிய காட்சியாகவே தெரிந்தது. ஆனால் எங்களைச் சூழ்ந்து பனிப்பாளம் இருக்கையில் அதன் ஒரு விரிசல் என்பது மரணத்தின் புன்னகை என்று பட்டது. நமக்கு மரணம் கருநிறம் கொண்டது, ஐரோப்பியர்களுக்கு அது வெண்ணிறம் கொண்டது என்று அஜிதன் சொன்னான்.

பென்ஸீலா (Pensi La) கணவாய்க்குச் செல்லும் வழி ஒரு பலகையால் அறிவிக்கப்பட்டது. அதன்மேல் திபெத்திய மதச்சின்னமான வண்ணக்கொடிகள். அதை ஒரு யாக் ஆர்வத்துடன் மென்று கொண்டிருந்தது. அதிகம் ஆட்களைப் பார்க்காத ஜீவன். எங்களை கூர்ந்து பார்த்தபின் மீண்டும் மெல்ல ஆரம்பித்தது.

பென்ஸீலா கணவாய் நோக்கி எங்கள் வண்டி சென்றது. சுற்றிலும் மலைச்சிகரங்களில் எல்லாம் பனிக்கூரை வேயப்பட்டிருந்தது. தாடைகள் நடுங்கும் குளிர். மூச்சுக்காற்று உள்ளேயே பனித்தது படர்ந்தது. இருபக்கமும் மலையிடுக்குகள் அனைத்திலும் இருந்து பனியோடைகள் வழிந்து இறங்கிக்கொண்டிருந்தன. கிருஷ்ணனின் திட்டப்படி பென்ஸீலா கணவாயை ஒருமணிநேரத்தில் அடைய வேண்டும். ஆனால் பனிமலைகள் நடுவே மூட்டைப்பூச்சி போல

த்ராங் த்ராங் பனிப்படுகை

நகர்ந்துகொண்டிருந்தோம். காலம் உறைந்து விட்டது. கடிகாரத்தைப் பார்த்தால் மூன்றுமணிநேரம் தாண்டிவிட்டிருந்தது.

பென்ஸீலா மலையின் நடுவே உள்ள பிரம்மாண்டமான இடைவெளியின் வழியாக வழிந்துகிடக்கும் மிகப்பெரிய பனிப்படுகையை த்ராங் த்ரங் (Drang-Drung Glacier) என அழைக்கிறார்கள். மலையின் விளிம்பில் சென்றுகொண்டிருக்கையிலேயே பென்ஸீலா மலையுச்சியில் படர்ந்திருந்த கனத்த பனிப்பாளத்தைப்பார்த்தோம். கீழே கண்கூசும் வெளிச்சம் தெரிந்தது. முதலில் அது பனியாறு என்ற எண்ணம் ஏற்பட்டது. தொலைநோக்கியால் பார்த்தபோதுதான் அது நிலைத்து இருப்பதை உணரமுடிந்தது. கார் அருகே நெருங்க நெருங்க அது ஆறல்ல ஆற்றின் வடிவில் உறைந்த பனிப்பெருக்கு என்று தெரிந்தது.

பென்ஸீலா கணவாயின் மேலே இருப்பது டோடா சிகரம். 21,490 அடி உயரம் கொண்ட அந்த மலைச்சிகரத்தின் உச்சியில் படியும்பனி அதன் பெரும் எடை காரணமாக கீழே அழுந்துகிறது. அழுத்தப்படும் பனிப்பாளம் கீழே உள்ள பென்ஸீலா கணவாயின் இடைவெளியில் பிதுக்கி தள்ளப்பட்டு அந்த பனிப்பெருக்கு உருவாகிறது. சியாச்சின் பனிப்பாளத்துக்குப் பின்னர் லடாக் பகுதியின் மிகப்பெரிய பனிப்பாளம் இதுதான். 23 கி.மீ. நீளம் கொண்ட இந்தப்பனிப்பாளம் கடல் மட்டத்தில் இருந்து 15680 அடி உயரத்தில் உள்ளது.

டோடா சிகரம் - 21,490 அடி உயரம்

பனிப்பாளத்தைப்பார்த்தபடி மலை விளிம்பில் நின்றோம். கண்கூசும் வெளிச்சம். கறுப்புக்கண்ணாடிபோட்டால் அந்த இடத்தை முழுக்கண்ணாலும் பார்க்கமுடிந்தது, ஆனால் காட்சி இயற்கையாக இல்லை. கறுப்புக்கண்ணாடி இல்லை என்றால் கண்கள் கூசி கண்ணீராகக் கொட்டியது. குளிரில் மூக்கிலிருந்தும் நீர் வழிந்தது. கடுமையான மூச்சடைப்பு. உடல் அடிக்கடி அதிர்ந்து அடங்கியது.

பனிப்பாளம் கீழிறங்க இறங்க அடர்த்தியான அலைகளாக இருந்தது. மலையின் வெண்தலைப்பாகையின் அலங்கார குச்சம் போல. அந்த ஒவ்வொரு அலையும் நூறடி உயரமிருக்கும். அருகே உள்ள பனிப் பாளத்தில் அலைகள் இல்லை. அடுக்கியடுக்கி வைத்ததுபோன்ற விரிசல்கள் தான். விரிசல்களின் ஆழத்துக்குள் சாதாரணமாக ஒரு மனிதன் மறைந்து விடமுடியும். பனிப்பாளத்தின் கடைசி நுனியில் பனி மென்மையாக உடைந்து சரிந்து உருகி ஓடைகளாகி சென்று ஒன்றாகியது.

த்ராங் த்ரங் பனிப்பாளத்தில் இருந்துதான் ஸ்டோட் ஆறு உருவாகிறது. அது சன்ஸ்கர் ஆற்றில் சென்று சேர்கிறது. ஸன்ஸ்கர் சிந்துவின் வலுவான துணைநதிகளில் ஒன்று.

பென்ஸீலா கணவாயின் மறுபக்கம் இருக்கும் சமவெளி ஸன்ஸ்கர் சமவெளி (Zanskar Valley) என்று அழைக்கப்படுகிறது. ஸன்ஸ்கர் ஆறு அங்கே ஓடி பாகிஸ்தான் சென்று சிந்துவில் கலக்கிறது. ஸன்ஸ்கர் சமவெளியில் படும் என்ற இடம் வரைதான் செல்லமுடியும். அங்கே ஒரு ராணுவமுகாம் உள்ளது. அதற்கப்பால் பாகிஸ்தான் எல்லை.

பனிப்பாறையாக ஒருகணமும் ஓடப்போகும் நதியாக மறுகணமும் மலையின் சரிவாக ஒருகணமும் மலையில் ஏறிச்செல்லவேண்டிய பனிப்படிக்கட்டாக மறுகணமும் தோன்றிய த்ராங் த்ரங்கைப் பார்த்துக் கொண்டு நின்றோம். குளிர் அதிகநேரம் நிற்க விடவில்லை.

மீண்டும் ரங்தூம் வந்தோம். டீ சாப்பிட்டுவிட்டுக் கிளம்பினோம். மதியம் சங்கூவுக்கு (Sankoo) வந்தோம். சாப்பிட்டுவிட்டு காரிலேறப் போகும்போதுதான் அந்த தேர்தல் வெற்றிக்களியாட்டம் எதிரே வந்தது. அவர்களில் பலர் பிரியங்கா காந்தி இந்தியாவின் எதிர்காலம் என்ற அட்டைகளை பிடித்திருந்தனர். கூடவே ஈரான் அதிபரின் படத்தையும்.

பியாமா கும்பு (Byama Khumbu) என்ற இடத்தில் இன்னொரு புத்தர் சிலை இருப்பதாக இணையத்தில் தகவல். அதை சங்கூவின் ஓட்டலில் விசாரித்தபோது மிக அருகேதான் அது இருப்பதாகச் சொன்னார்கள். காரில் விசாரித்துக்கொண்டே வந்தோம். ஒருபென் ஓடையில் துணி துவைத்துக்கொண்டிருந்தாள். அவளிடம் பியாமா கும்பு என்று

கேட்டோம். சாலையில் இருந்து பிரிந்து சென்ற ஒரு பாதையைக் காட்டினாள்.

திரும்பி அவ்வழியாகச் சென்றோம். அங்கே புதியதாக வீடு கட்டிக் கொண்டிருந்த ஒருவரிடம் கேட்டோம். அவர் அதுதான் பியாமா கும்பு என்றார். ஆனால் சிலை அங்கே இல்லை. அதற்கு நாங்கள் வந்தவழியே செல்லவேண்டும், சாலையின் ஓரமாகத்தான் இருக்கிறது என்றார்.

அந்த துணிதுவைக்கும் பெண்ணிடமே கேட்டோம். அவள் யோசித்து விட்டு 'புத்தர் சிலையா?' என்றாள். அவளிடம் ஏற்கெனவே புத்தர்சிலை என்று சொல்லவில்லை. ஆமாம் என்றோம். 'இதோ இருக்கிறதே' என தனக்குப்பின்னாலிருந்த பெரிய பாறையைச் சுட்டிக் காட்டினாள். அதில் புத்தர் இருந்தார். சிலையாக அல்ல, ஓவியமாக!

சிலை ஓவியம் என அதைச் சொல்லலாம். பாறைப்பரப்பில் அரை இஞ்ச் தடிமனில் மெல்லிய புடைப்பாக கோட்டோவியமாகச் செதுக்கப்பட்ட பத்மபாணி அவலோகிதேஸ்வரர். அவலோகிதேஸ்வரர் என்றால் அவ்வண்ணமே வந்தவர் என்று பொருள். எழுதப்பட்ட நூல்களின் படி வரப்போகும் புத்தர் அவர். கையில் தாமரை வைத்திருந்தார். இருபக்கமும் இரு துணைதேவதைகள் நின்றிருந்தனர். இந்தச் சிலை கிபி 12 ஆம் நூற்றாண்டைச்சேர்ந்தது என்பதை இங்குள்ள இரண்டு வரி திபெத்திய மொழிக் கல்வெட்டு குறிப்பிடுகிறது.

பத்மபாணி அவலோகிதேஸ்வரர் - பியாமா கும்பு

இச்செதுக்குவடிவம் அது. அப்பகுதி திபெத்திய பௌத்தத்தால் ஆளப்பட்டபோது உருவாக்கப்பட்டது. இப்போது முழுக்கமுழுக்க ஷியா முஸ்லிம்களின் நிலமாக அது உள்ளது. அம்மக்கள் அச்சிலையைப்பற்றி எதுவுமே தெரியாதவர்கள்.

அங்கிருந்து கார்கில் வரும் வழியில் அபாத்தி என்னும் இடத்தில் இன்னொரு பெரிய மைத்ரேய புத்தரின் சிலை இருப்பதாகச் சொன்னார்கள். அபாத்தியை விசாரித்துச் சென்றோம். வழக்கம்போல அது விதவிதமான ஷியா கிராமங்கள் வழியாகச் செல்லும் ஒரு பயணமாக அமைந்தது. எங்கெங்கோ சுற்றி எவரெவரிடமோ வழி கேட்டு கடைசியில் அபாத்தி கிராமச்சாலையில் சென்று நின்றோம்.

வழியருகே இருந்த பெண்களிடம் சிலையைப்பற்றி கேட்டோம். அங்கேதான் என வழி சொன்னபின்னர் 'காசு கொடுங்கள்' என்றார்கள். அதை யாசகமாகவோ கூலியாகவோ அல்லாமல் சிரித்துக்கொண்டே ஒரு விளையாட்டாகவே கேட்டார்கள். பிள்ளைகளும் சிரித்துக் கொண்டுதான் வந்து கேட்டன. அங்கே அதிகமும் வருபவர்கள் பௌத்தத் துறவிகளும் வெள்ளையரும்தான். அவர்களும் அதை ஒரு விளையாட்டாகவே கொண்டிருக்கவேண்டும். ஆளுக்கு பத்து ரூபாய்வீதம் கொடுத்தோம்.

மாலிக் என்ற பன்னிரண்டு வயதுப் பையன் அவனே வந்து வழிகாட்டிப் பொறுப்பை ஏற்றுக்கொண்டான். 'வாருங்கள்' என்று கூட்டிச் சென்றான். தன்னம்பிக்கையும் சுறுசுறுப்பும் கொண்ட இந்தமாதிரிப் பயல்கள் ஒரு குடும்பத்தையே கட்டிக்காப்பவர்கள். பெரும்பாலும் எதிர்காலத்தில் வெற்றிகரமாக வரக்கூடியவர்கள்.

மொத்த கிராமமே ஒரு பெரிய மலைச்சரிவில் அமைந்திருந்தது. வீடுகளினூடாக, சந்துகள் வழியாக அவன் கூட்டிச்சென்றான். அவன் கூட்டிச்செல்லாவிட்டால் கண்டிப்பாக அவ்வழி போக முடியாது. சில சமயம் வீட்டுத் தொழுவங்கள் வழியாகக்கூட செல்லவேண்டி யிருந்தது. சுள்ளிக்கூரைகள் கொண்ட மண் வீடுகள். ஒரே ஒரு கட்டடம் தான் சற்றுப்பெரியது, மசூதி.

எங்களைச்சூழ்ந்து கிராமத்தின் குழந்தைகளும் சிறுவர்களும் வந்தனர். மிக அழகான பல்வரிசையுடன் வெட்கிச்சிரித்த முகமது அலிக்கு மூன்று வயது. அவன் அண்ணா அகமது கொஞ்சம் தீவிரமான முகத்துடன் வந்தான். முகமது அடிக்கடி என்னை ஓரக்கண்ணால் பார்த்து புன்னகைத் தான். மிக அழகான பையன். தூக்கி காரில்போட்டு கொண்டுவந்து விட்டாலென்ன என்று தோன்றச்செய்யும் அளவுக்கு.

அபாத்தி புடைப்புச்சிற்பம் - மைத்ரேயபுத்தர்

பாதை நேராகச் சென்று காட்டுக்குள் ஓடிய ஒரு ஓடையில் இறங்கியது. ஓடைக்கு அப்பால் மேலேறியது. மூச்சுவாங்க மேலே சென்றோம். அங்கே சமீபகாலமாகத்தான் படிகள் கட்டியிருந்தனர். மேலும் மராமத்து வேலைகள் நடந்தன. உள்ளூர்க்காரர்கள் பணியாற்றிக் கொண்டிருந்தனர். முதுகில் சாக்குமூட்டையில் மண்கொண்டுவந்து கொட்டினர் இரு இளைஞர்கள்.

அபாத்தி புடைப்புச்சிற்பம் மைத்ரேயபுத்தருடையது. ஒரு பெரிய ஒற்றைப்பாறையில் செதுக்கப்பட்டது. கார்ட்ஸே கார் புடைப்புச் சிலையையிட இது பெரியது, பழமையானது. ஏழு மீட்டர் உயரம் கொண்டது. ஆறாம் நூற்றாண்டில் செதுக்கப்பட்டது என்று சொல்லப் படுகிறது.

சிலையின் காலடியில் நிற்கையில் அதன் பிரம்மாண்டம் முழுமை யாகவே மனதை ஆட்கொள்கிறது. புத்தரின் விழிகள் எதையும் பார்க்காதவை, எல்லாவற்றையும் உணரக்கூடியவை என்று தோன்றி விடுகிறது.

சட்டென்று மேலே ஒரு நரி ஓடியது. இமாலய நரி. அவ்வளவாக முடி இல்லை. அந்த பனிப்பாலையில் எப்படி வாழ்கிறது என்று புரியவில்லை.

நாங்கள் சிலையைப்பார்த்து நிற்கையில் குழந்தைகள் எங்களையே பார்த்துக்கொண்டிருந்தன. திரும்பிப்பார்த்தபோது புன்னகையுடன் ஒருவரோடு ஒருவர் ஒட்டிக்கொண்டனர்.

திரும்பி வரும்போது நினைத்த அளவுக்கு அந்த வழி கடுமையானதாக இல்லை என்ற எண்ணம் ஏற்பட்டது. மாலிக்குக்கு நான் ஐம்பது ரூபாய் கொடுத்தேன். பொதுக்கணக்கிலிருந்து ஐம்பது ரூபாய் கொடுக்கப் பட்டது. கிருஷ்ணராஜ் இருநூறு ரூபாய்க்குமேல் எல்லாக்கைகளுக்கு மாக பங்கிட்டார். நான் முகமது அலிக்கு ஒரு இருபது ரூபாய் கொடுத்து கன்னத்தைப்பிடித்து கிள்ளினேன். ரூபாயை வாங்கி அண்ணன் கையில் கொடுத்துவிட்டு வெட்கிச் சிரித்தான்.

மண்சாலையில் மீண்டும் ஒரு பயணம். மீண்டும் கார்கில் வந்தோம். கார்கிலிலேயே தங்கலாமா இல்லை போவது வரை போகலாமா என்று ஒரு சின்ன விவாதத்துக்குப்பின் செல்வது என முடிவெடுத்தோம். கார்கிலைத்தாண்டி இருக்கும் முல்பெக் என்ற ஊர் அடுத்த இலக்கு. முல்பெக்கில் ஒரு அரசுவிடுதி ஏற்பாடு செய்து தருவதாக ஆனந்த் அலைபேசியில் சொல்லியிருந்தார்.

முல்பெக் விடுதியில் காவலர் இருந்தார். நாங்கள் சென்றபோது மின்சாரம் இல்லை. ஒருநாளில் இரண்டுமணிநேரம் மின்சாரம் இல்லை, காரணம் அது மலைப்பகுதி என்றார். ஒருநாளில் எட்டுமணி நேரம் எங்களூரில் மின்சாரம் இல்லை, காரணம் அது சமவெளி என்று நினைத்துக்கொண்டேன்.

அறை வசதியாக இருந்தது. அதுவரை இருந்த மூச்சுத்திணறலும் குறைந்துவிட்டது. குளிர் இருந்தது. அப்படியே படுத்து தூங்கி விட்டோம்.

6

முல்பெக் (Mulbek) லடாக் செல்லும் சாலையில் உள்ள ஒரு நகரம். அங்கே சாலை ஓரமாக ஒரு பெரிய புத்தர்சிலை உள்ளது. அந்த வழி ஒருகாலத்தில் முக்கியமான வணிகப்பாதையாக இருந்திருக்கிறது. வணிகர்களுக்காக அமைக்கப்பட்ட வழிபாட்டிடம் அது.

முல்பெக் மடாலயம் கி.பி. ஆறாம் நூற்றாண்டில் அமைக்கப்பட்டது. அதற்கு நூறு வருடங்களுக்கு முன்னரே அங்கே ஒற்றைப்பெரும் பாறையில் மைத்ரேயபுத்தரின் பிரம்மாண்டமான புடைப்புச்சிலை செதுக்கப்பட்டிருந்தது. மடாலயம் அச்சிலையை உள்ளே விட்டு சுற்றிலும் கட்டப்பட்டிருந்தது. முல்பெக்கில் இறங்கியதுமே ஓங்கி நின்றிருந்த புத்த மைத்ரேயரைப் பார்க்க முடிந்தது.

பத்து மீட்டர் உயரமுள்ள முல்பெக் மைத்ரேய புத்தர் லடாக் பகுதியிலுள்ள மைத்ரேய புத்தர் சிலைகளிலேயே பெரியது. சாலையி லேயே மரங்களுக்கு மேலாக புத்தரின் சிரத்தைப் பார்க்கமுடியும். மணிமுடி சூடிய முகம் சீன புத்தர்களுக்குரிய உருண்ட கன்னங்களும் சிறிய கண்களும் கொண்டது.

காலை ஒளியில் சிலையின் முகத்தில் புன்னகை நிறைந்திருப்பது போலத் தோன்றியது. நாங்கள் செல்லும்போதுதான் ஒரு பிட்சு வந்து மடாலயத்தை திறந்தார். பயணிகள் எவரும் இல்லை. முன்னால் இருந்த டீக்கடையில் அடுப்பு பற்றவைத்துக்கொண்டிருந்தார்கள். பிட்சு முந்தையநாளின் மலர்ச்சரங்களையும் தூபக்குச்சிகளையும் அகற்ற ஆரம்பித்தார்.

மடாலயத்துக்குள் நுழைந்தால் புத்தரின் பாதங்களை தரிசிக்கமுடியும். மிகப்பெரிய பாதங்கள் தாமரைப்பீடம் மீது ஊன்றி நின்றன.

மூல்பெக் சம்பா - பத்து மீட்டர் உயரமுள்ள மைத்ரேய புத்தர்

அந்தக்கட்டைவிரல்களைப்பார்த்தபோது சிரவணபெலகொளாவின் கோமதேஸ்வர் சிலை நினைவுக்கு வந்தது. அதேபோன்ற பாதங்கள். ஆனால் தீர்த்தங்கரர் சிலைகளில் முழங்கால்மூட்டு இத்தனை பெரியதாக இருக்காது. இடுப்பு இன்னும் சிறியதாக இருக்கும்.

அங்கே நின்றபோது மேலே ஒரு மலைச்சிகரத்தைப்பார்ப்பதுபோல புத்தரின் முகத்தைப் பார்க்கமுடிந்தது. நாம் உணரும் தன்னிலையை சுருங்கி மறையவைக்கும் பிரம்மாண்டம். இகவுலக வாழ்க்கைக்குள் இருந்த எவருக்கும் அத்தனைபெரிய சிலைகளை அமைக்கக் கூடாதென்று நினைத்துக்கொண்டேன். துறவும் ஞானமும் மட்டுமே அப்படி மானுடவாழ்க்கைக்குமேலே எழுந்து நிற்கவேண்டும்.

பொதுவாக பெரியசிலைகள் மீது எனக்கு ஓர் ஒவ்வாமை உண்டு. பெரியசிலைகள் தியானநிலையில் மட்டுமே இருக்கவேண்டும். புத்தர், தீர்த்தங்கரர் போல. இந்துச்சிலைகளில் நந்தி பெரிதாக இருக்கும் தோறும் மனதில் மௌனத்தை நிறைக்கிறது. துயிலும் விஷ்ணுவின் சிலையும் பெரிதாக இருக்கலாம். பிள்ளையார் சிலை நம்மைப் பார்ப்பதில்லை. ஆகவே அது ஓரளவுக்குப் பெரிதாக இருக்கலாம்.

பிரம்மாண்டமான காளி, சிவபெருமான் சிலைகள் என் அகத்தை நடுங்கச்செய்கின்றன. பலசமயம் அரைக்கணத்தில் கண்களைத் திருப்பிக்கொண்டு நகர்ந்துவிடுவேன். சமீபமாக கான்கிரீட்டில் கட்டியெழுப்பப்படும் பெரும் சிலைகள் நம் சூழலின் பெரிய மருக்கள் போல மாறிவிட்டிருக்கின்றன.

முல்பெக் புத்தரின் முன் நின்றபோது அச்சிலை உருவாக்கும் ஆழ்ந்த அமைதிக்கான காரணம் என்ன என்று புரிந்தது. சிலைக்கு அப்பால் வானம் ஒளிபட்டுத் தெளிந்துகொண்டிருந்தது. மலையடுக்குகள் வானில் இருந்து தனித்துப்பிரிந்து வந்துகொண்டிருந்தன.

ஆம், மலைப்பாறைகளில் எப்போதும் ஓர் அமைதியான தியானநிலை உள்ளது. அந்த அமைதியை அச்சிலையும் தன்னுள் கொண்டுள்ளது. செதுக்கப்பட்டமையால் புத்தர்முகமாக ஆன மலைப் பாறைதான் அது.

முல்பெக் மடாலயம் சிறியது. சுள்ளிக்கூரையும் சிவப்புத்தூண்களும் கொண்டு கட்டப்பட்ட கூழாங்கல் கட்டடம். நெடுங்கால தூபப்புகை பட்டு கருமைகொண்ட கூரை. பழமையான டோங்காக்கள் அசைந்தன. தரையில் கால்கள் மிதித்து வழவழப்பான தரை. பௌத்தமடாலயங் களின் மணமாக அந்த மெல்லிய தூபவாசனை ஆகிவிட்டிருக்கிறது.

பிட்சு பூசைக்கான பாத்திரங்களை எடுத்துவைக்க ஆரம்பித்தார். நாங்கள் வெளியே வந்து ஒரு டீ சாப்பிட்டபின்பு கிளம்பினோம். அருகே முந்தையநாள் இரவு நண்பர்கள் சாப்பிட்ட சர்தார்ஜி ஓட்டல் இருந்தது.

அங்கே காலைச்சிற்றுண்டி. பின்பு நேராக லடாக்கின் தலைநகரமான லே.

லே-லடாக் செல்லும் சாலையின் இருபக்கமும் மலைகள் முற்றிலும் வேறுமாதிரி இருந்தன. அதுவரை பார்த்த மலைகள் எல்லாம் ஒன்று பாறைக்குவியல்கள் அல்லது அரிக்கப்பட்டு விசித்திரவடிவம் கொண்ட பெரும்பாறைகள். மண்ணும் விண்ணும் கொள்ளும் உறவின் ஓயாத களிநடனத்தின் விளைவாக உருவான வடிவப்பெருவெளி.

ஆனால் லடாக் சாலையில் வெறும் மண்ணாலான பெரும் மலைக் குவியல்களைப் பார்த்தோம். மரத்தூள் குவித்ததுபோல, காபித்தூளைக் குவித்ததுபோல, சிமெண்டைக் குவித்ததுபோல மலைகள். மலை களின் சரிவில் மெல்லிய மணல்கதுப்பில் காற்று வீசி வீசி உருவாக்கிய அலைவளைவுகள். பின்பு மணற்குவியல்கள்போன்ற மலைகள் வர ஆரம்பித்தன. நமீபியாவின் பெரும் மணற்குன்றுகளைத்தான் நினைவு படுத்தின அவை. ஆனால் இவை பொடிமண் இறுகி உருவானவை. மணல்போல நிலையற்றவை அல்ல. முதலில் மணல்மேல் ஏதோ பூச்சிகள் ஊர்ந்து ஊர்ந்து உருவான தடங்கள் போலத் தோன்றியது. பிறகுதான் அது காற்றின் கால்கள் பட்ட கோலம் என்று தெளிந்தது.

லடாக் இமயமலையின் மழைமறைவுப்பகுதி. அங்கே மிகமிக மழை குறைவு. லடாக்கை ஒரு மலையுச்சிப்பாலைநிலம் என்றே சொல்லிவிட முடியும். தெற்கே கடலில் இருந்து வரும் ஈரப்பதம் கொண்ட மேகங்கள் இமயத்தால் தடுக்கப்பட்டு வட இந்தியா முழுக்க மழையாகக் கொட்டுகின்றன. இமயத்தின் அடித்தட்டிலும் பெருமழை பெய்கிறது.

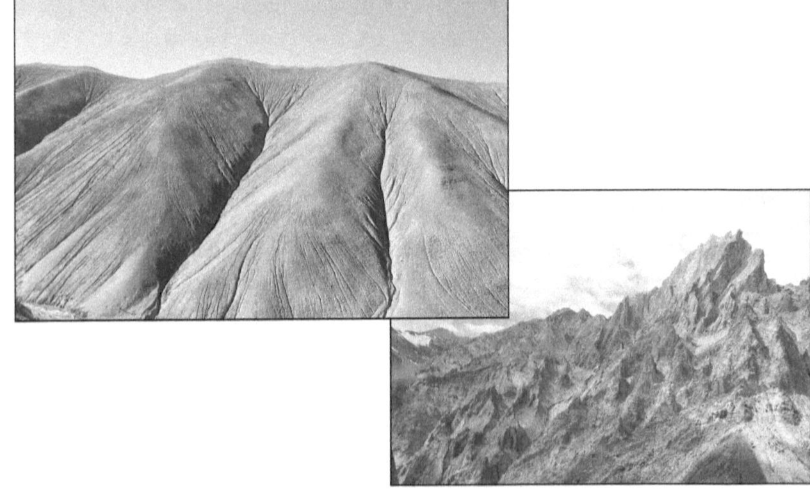

எஞ்சிய ஈரப்பதம் மலையுச்சியில் பனியாக கொட்ட ஆரம்பிக்கிறது. இமயத்தின் வடபகுதியில் ஆர்ட்டிக்கில் இருந்து வரும் குளிர்காற்று வீசுவதனால் மொத்த ஈரப்பதமும் பனியாகி இமயத்திலேயே விழுந்து விடுகிறது. அதற்கு வடக்கே மழையே பெய்வதில்லை. உலகின் மிக வறண்ட நிலமான கோபி பாலை இப்படித்தான் உருவாகிறது. உண்மையில் லடாக்கிலேயே கோபிபாலைவனம் தொடங்கிவிடுகிறது எனலாம்.

மென்மணல் மலைகள் மீது மழைபெய்து ஒரு தோல்படலம் உருவாகியிருந்தது. காற்றுவரிகள் படிந்து அது யானையின் சருமம் போல தோன்றியது. யானைத்தோல் அதன் கால்மடிப்புகளில் சுருங்கி யிருப்பதுபோல. பெரிய டைனோசர்கள் கூட்டம் கூட்டமாக தூங்கிக் கொண்டிருப்பதுபோன்ற மலைகள். மலைகள் நம்மை சிறியவர் களாக்குகின்றன. மன அளவில் குழந்தைகளாகவும் ஆக்கிவிடுகின்றன.

லடாக் செல்லும் வழியில் ஓர் இடத்தில் 'காந்தமலை' என்ற அறிவிப்புப் பலகை உள்ளது. சுற்றுலாத்துறையால் வைக்கப்பட்ட பலகை. அந்த மலை காந்தசக்தி உள்ளது என்றும் அங்கே ஓர் இடத்தில் காரை சமநிலையில் நிறுத்தினால் அதுவே மேடு ஏறும் என்றும் எழுதப் பட்டிருந்தது. அருகே ஒரு சின்னக்கோயில். அதை 'காந்தம்மன் கோயில்' என்று விரிவாக்க திட்டமிருக்கலாம். உள்ளே ஒரு நாய்தான் கிடந்தது.

காரை நிறுத்தவேண்டிய இடத்தையும் பதிவு செய்திருந்தனர். அதையும் பார்ப்போமே என்று காரை விதவிதமாக நிறுத்திப்பார்த்தோம். கார் நகரவில்லை. பக்கவாட்டில் கூட செலுத்திப்பார்த்தோம். பயனில்லை. எங்களைப்போலவே எல்லாரும் செய்துபார்ப்பார்கள் போல. அந்த இடத்தில் எதிர்திசையில் மலைத்திறப்பு உள்ளது. அங்கிருந்து காற்று வலுவாக வீசும்போது கார் சற்று நகரும்போலும்.

லே நகரை நெருங்கும்போது முதல் ஊர் வந்தது. லாமாயுரு என்ற மடாலயநகரம். ஃபெளது லா என்ற மலைக்கணவாயின் அருகே இந்த ஊர் உள்ளது. இன்று மடாலயமும் சில கடைகளும் அன்றி ஏதுமில்லை. மிகப்பழைய மடாலயம். ஒரு மண்குன்றின்மீது மண்நிறத்திலேயே கட்டப்பட்ட பெரிய கட்டட அடுக்கு.

கீழே உணவுண்டுவிட்டு மடாலயத்தை ஏறிப்பார்த்தோம். திபெத்திய போன் மரபு பெளத்தத்தின் தலைமையிடமாக இருந்த மடாலயம் இது. இந்தியாவிலிருந்து வந்த திபெத் பெளத்த ஞானியான நரோபா இந்த இடத்தில் இருந்த ஏரி ஒன்றை வற்றச்செய்து இந்த மடாலயத்தை அமைத்தார் என்று அங்குள்ள குறிப்பு சொல்கிறது.

லாமாயுரு மடாலயம் - லே (லடாக்)

லாமாயுரு மடாலயம் கி.பி. பத்தாம் நூற்றாண்டில் லடாக்கின் மன்னர் ரிஞ்செ ஸாங்போ (Rinchen Zangpo) வால் விரிவாக்கிக் கட்டப் பட்டது. அவர் 180 மடாலயங்களைக் கட்டினார் என்று தொன்மங்கள் சொல்கின்றன. லடாக்கில் உள்ள பெரும்பாலான மடாலயங்களில் அவரது திருப்பணிகள் உள்ளன.

மிகவும் பழைமையான கட்டடம். இடுங்கலான வழிகள் ரகசியச் சுரங்கப்பாதை போன்று சென்றுகொண்டே இருக்க சன்னல்களே இல்லாத அறைகள். அங்கே துறவிகள் தங்குகிறார்களா இல்லை மாடுகளை பாதுகாப்பதற்கானவையா என்ற ஐயம் எழுந்தது. திபெத் மடாலயங்களுக்குரிய அதே அமைப்பு. தியானசாலை. அதில் புத்தர், மகாகாலர், பத்மசம்பவர் சிலைகள்.

லே நகரத்தை மாலையில் சென்றடைந்தோம். அரங்கசாமியின் நண்பர் வழியாக அங்குள்ள வனத்துறை மேலாளர் சத்பால் அவர்களின் தொடர்பு கிடைத்திருந்தது. அவர் எங்களுக்கு வனவிடுதியில் தங்க ஏற்பாடு செய்திருந்தார். வசதியான மூன்று அறைகள். டீ குடித்தபின் லே நகரைச் சுற்றிப் பார்ப்பதற்காகச் சென்றோம்.

லே இன்று ஒரு சுற்றுலா நகரம். ஒருகாலகட்டத்தில் சுற்றியுள்ள மலைக்கிராமங்களின் சந்தையாகவும் பௌத்த மையமாகவும் இருந்தது. சாலைவசதிகள் இந்திய ராணுவத்தால் மேம்படுத்தப்பட மெல்லமெல்ல பயணிகள் எண்ணிக்கை அதிகரித்து இன்று நகரின்

வருமானமே சுற்றுலாவால்தான் என ஆகிவிட்டிருக்கிறது. லே நகரில் உள்ள இருபதுக்கும் மேற்பட்ட பௌத்த மடாலயங்கள்தான் முக்கிய மான சுற்றுலாக்கவர்ச்சி. மலைஏற்றமும் குளிர்காலத்தில் பனிச்சறுக்கும் சாகசக்காரர்களுக்குரியவை.

லடாக் என்றால் மலைப்பாதைகளின் நிலம் என்று பொருள். திபெத்திய மொழியில் லா ட்வக்ஸ் என்று இதைச் சொல்கிறார்கள். வடக்கே குன்லுன் மலைத்தொடரும் கிழக்கே இமயமலைச்சரிவுகளும் கொண்டது இந்நிலம். நில அமைப்பிலும் பண்பாட்டிலும் எல்லாம் திபெத்தின் நீட்சி என்று லடாக்கைச் சொல்லலாம். நெடுங்காலமாக திபெத் வழியாகவே லடாக்குக்கு வெளியுலகத் தொடர்பு இருந்தது. 1960 வாக்கில் சீனா திபெத்தைக் கைப்பற்றி மலைப்பாதைகளை அடைத்தது. அதன்பின் இந்தியா காஷ்மீரில் இருந்தும் மணாலியில் இருந்தும் லடாக்குக்குச் சாலைகளை அமைத்தது.

1974ல் லடாக்கை ஒரு சுற்றுலாமையமாக முன்னிறுத்தும் முடிவை இந்திரா காந்தி எடுத்தார். அம்முயற்சி லடாக்கை வறுமையிலிருந்தும் தனிமையிலிருந்தும் முழுமையாக மீட்டிருக்கிறது. லடாக்கின் பொருளியல் அங்குள்ள மிகக்குறைவான வேளாண்மையையும் மேய்ச்சலையும் சார்ந்தே இருந்தது. உலகில் மக்கள் குறைவாக வாழும் நிலப்பகுதிகளில் ஒன்று லடாக். மொத்த லடாக்கின் மக்கள்தொகையே மூன்று லட்சம்தான். அவர்களில் இரண்டு லட்சம்பேர் லே நகரில் வாழ்பவர்கள்.

லடாக்கின் பொருளியலைத் தீர்மானிக்கும் இரண்டாவது பெரும்சக்தி இந்திய ராணுவம். பாகிஸ்தானாலும் சீனாவாலும் குறிவைக்கப்/ பட்டிருக்கும் லடாக் இந்தியாவின் சிறகுகளுக்குள் ஒளிந்திருக்கும் சிறு நிலப்பகுதி. இங்கேதான் இன்று அதிகாரபூர்வமாக திபெத்திய பௌத்தம் எஞ்சியிருக்கிறது. இங்குள்ள பௌத்த மக்களுக்கு இந்தியா மீதுள்ள பெரும் பற்று இந்தியா திபெத்திய பௌத்தம் மீது காட்டிய அக்கறையின் நன்றியுணர்ச்சியினால் ஆனது.

இவர்களுக்கு தலாய்லாமா மானுடவடிவம் கொண்டு வந்த புத்தரேதான். தலாய் லாமாவைப்பேண இந்தியா எடுத்த உறுதியான நடவடிக்கையும் அதன்விளைவான இந்திய-சீன போரும், இன்றும் இந்தியாவை சீனா திபெத்தின் பொருட்டு மிரட்டுவதும் இவர்களிடம் ஆழமான பாதிப்பை உருவாக்கியிருக்கின்றன.

லடாக் பௌத்தர்களுக்கு அவர்கள் காஷ்மீருடன் இணைக்கப் பட்டிருப்பதில் ஆழமான அதிருப்தி இருக்கிறது. சுன்னி முஸ்லிம் களாலான காஷ்மீரி அரசியல்வாதிகளும் இஸ்லாமிய நோக்குள்ள அரசும் லடாக்கை அடிமையாக நடத்துகின்றன என்றும் மத்திய அரசு

அளிக்கும் நிதியை லடாக்குக்கு அளிக்காமல் திசைதிருப்பிவிடுகின்றன என்றும் அவர்கள் குற்றம்சாட்டுகிறார்கள். சாலைகள், பாதுகாப்பு போன்றவை மைய அரசாங்கத்திடம் இருப்பதனால்தான் லடாக் தாக்குப்பிடிக்கிறது.

சுன்னிகள் லடாக்கை அழிக்கவே முயல்கிறார்கள் என்று லே லடாக்கில் சந்தித்த வன அலுவலர் சொன்னார். பௌத்தரான தரம்பால் தெற்கே அமராவதி வரை கூட வந்திருக்கிறார். சுன்னி முஸ்லிம்களின் மதக்காழ்ப்பு கொண்ட ஆட்சியில் இருந்து விடுபட மத்திய அரசு லடாக்கை யூனியன் பிரதேசமாக அறிவிக்கவேண்டும் என்ற கோரிக்கை லடாக்கில் வலுத்து வருகிறது. ஆனால் காஷ்மீரை அப்படிப் பிரிப்பது சுன்னி அடிப்படைவாதிகளிடம் அந்நிலத்தை கையளிப்பதாகவே ஆகிவிடும் என்றும் ஆகவே ஜம்முவும் லடாக்கும் காஷ்மீருடன் இருந்தாகவேண்டும் என்று மைய அரசு நினைக்கிறது.

லே நகரம் லே மாவட்டத்தின் தலைமையிடமும் கூட. குஜராத்தின் பாலைவன மாவட்டமான கட்சுக்குப்பின் லேதான் மிகப்பெரிய இந்திய மாவட்டம். மலைகள் மட்டுமே நிறைந்த வெற்றுநிலம் இது. லடாக் வழியாக குஷானர் காலகட்டத்திலேயே ஒரு பாதை காஷ்மீர் வரை இருந்திருக்கிறது என்பதை சில நூல்கள் குறிப்பிடுகின்றன. அதன் வழியாக கோடையில் சீனவணிகர்கள் வந்திருக்கிறார்கள். திபெத்திய

மலைகளின் நடுவே ஒரு சமவெளி... ஒரு துளி உயிர்...

பௌத்தம் கி.பி. நான்காம் நூற்றாண்டுமுதலே லடாக்கில் வேரூன்றி இருக்கிறது. ஆனால் பத்தாம் நூற்றாண்டில் லே நகரை தன் ஆட்சியின் கீழே சேர்த்துக்கொண்ட திபெத்திய இளவரசர் நியோமா கோன் (Nyima Gon) காலகட்டத்துக்குப்பின்னரே லேயின் எழுதப்பட்ட வரலாறு ஆரம்பமாகிறது.

முந்நூறு பேர் கொண்ட படையுடன் நியோமா கோன் லடாக்கைப் பிடித்து இங்கே மலையுச்சிகளில் சிறிய கோட்டைகளைக் கட்டி நிலப்பகுதியை தன் கட்டுப்பாட்டுக்குள் கொண்டுவந்தார். இன்றைய லே நகரில் இருந்து பதினைந்து கி.மீ. தொலைவில் உள்ள ஷே என்ற நகரம் நியோமா கோனால் உருவாக்கப்பட்டது. அதுதான் பழைய தலைநகரம்.

பதினாறாம் நூற்றாண்டில் காஷ்மீரை ஆண்ட சுன்னி முஸ்லிம் மன்னரான டெலெக்ஸ் நம்கியால் (Delegs Namgyal) லடாக்கை தன் கட்டுப்பாட்டுக்குள் வைத்திருந்தார். அவர் கட்டிய ஒரு பெரிய மசூதி லே நகரில் உள்ளது. அதன்பின்னர்தான் லே நகரம் வளர ஆரம்பித்தது. அது ஒரு வணிக மையமாக ஆகியது. காஷ்மீரி வணிகர்களை லடாக்கின் மலைமக்கள் சந்திக்கும் மையமாக அது இருந்தது. நம்கியால் லே நகரில் கட்டிய அரண்மனை ஒன்பது அடுக்குகள் கொண்டது. இது பத்தொன்பதாம் நூற்றாண்டில் அழிக்கப்பட்டது. அதன் இடிபாடுகள் இன்று ஒரு சுற்றுலாத்தலமாக உள்ளன.

இரவில் லே நகரின் தெருக்களில் எல்லாவகையான இந்தியக் கார்களும் மூக்கும் பின்பக்கமும் ஒட்டி ஒட்டி நின்றிருந்தன. காஷ்மீரி சால்வைகள் விற்கும் கடைகள், பலவகையான கலைப்பொருட்களை விற்கும் கடைகள், உணவகங்கள் திறந்திருந்தன. நகரை குளிருக்கு உடலைக் குறுக்கியபடி சுற்றிவந்தோம். அஜிதன் சைதன்யாவுக்காக ஏதாவது வாங்க விரும்பினான். நான் பொதுவாக நினைவுப்பரிசுகள் வாங்குவ தில்லை. அஜிதன் பௌத்த தாரா தேவியின் ஒரு வெண்கலச்சிலையை வாங்கினான்.

பௌத்த பெண்தெய்வங்களில் முக்கியமானது தாரா. பிஞ்ஞாதாரா என்று பாலியிலும் பிரக்ஞாதாரா என்று சமஸ்கிருதத்திலும் சொல்லப் படும் தாரா ஓர் உருவகத்தெய்வம். பிரக்ஞையின் ஓட்டத்தை தெய்வ வடிவமாக ஆக்கியிருக்கிறார்கள். கற்பனையின் ஞானத்தின் தேவதை. தாராவுக்கு விதவிதமான வடிவங்கள் உண்டு. அமுதகலசம், தாமரை, வஜ்ரம் ஆகியவற்றை ஏந்திய வடிவிலேயே அதிகமும் காணப்படுவாள். சீன தாராதேவி ஏகப்பட்ட ஆடைகளுடன் கையில் ஒரு சிறிய குச்சியுடன் இருப்பதைக் கண்டிருக்கிறேன்.

பழங்கள் வாங்கிக்கொண்டு திரும்ப வந்து சேர்ந்தோம். கீழே ஊழியர் களிடம் உணவு சொல்லியிருந்தார்கள் நண்பர்கள். நான் அறைக்குள் சென்று படுத்துக்கொண்டேன். குளிர் அதிகமாக இல்லை. ஆனால் மூச்சுத்திணறல் இருந்தது. காஷ்மீரி கஹ‘வா என்ற ஒரு பானம் கடைத்தெருவில் விற்றார்கள். இஞ்சி பாதாம் போன்றவை கலந்த டீ போன்ற இனிப்புபானம். அதைக்குடித்தால் மூச்சுத்திணறல் நிற்கும் என்றார்கள். பெரிய பலன் தரவில்லை. சுற்றுலாவுக்கான கண்டுபிடிப்பு களில் ஒன்றாக இருக்கலாம்.

7

லே நகரிலிருந்து நுப்ரா சமவெளிக்குச் (Nubra Valley) செல்ல வேண்டும். லே நகரின் விதிகளில் ஒன்று வேறு ஓட்டுநர்களை அவர்கள் உள்மலைப்பயணத்துக்கு அனுமதிப்பதில்லை என்பது. ஒருநாளுக்கு இருபதாயிரம் ரூபாய் கட்டணம் கேட்டார்கள். சத்பாலிடம் சொன்னோம். அந்த ஓட்டுநர்களே ஓட்டுவதுதான் பாதுகாப்பு என்றார். வேறு வழியில்லாமல் ஓர் ஓட்டுநரை அமைத்துக்கொண்டோம்.

மங்கோலிய இனத்தைச்சேர்ந்த ஓட்டுநர் அந்த ஊரிலேயே பிறந்து வளர்ந்தவர். ஓட்டுநர் வேலை அங்கே மிக கௌரவமான வேலை. வண்டியும் சொந்தமாக வைத்திருந்தார். கையில் ஒரு உறை போட்டிருந்தார். புலியின் கை போல இருக்கும். தூரத்திலிருந்து பார்த்தால் அப்படி பச்சைகுத்தியிருக்கிறார் என்ற எண்ணம் வரும்.

அவர் கொண்டுவந்த வண்டியும் ஸைலோதான். நாங்கள் வந்த வண்டியை அங்கேயே விட்டுவிட்டு அந்த ஓட்டுநரையும் சகபயணி யாகக் கூட்டிக்கொண்டோம். அதிகாலையிலேயே கிளம்பிவிட்டோம். நுப்ரா சமவெளி லே நகரிலிருந்து நூற்றைம்பது கிலோமீட்டர் வடக்காக மேலும் ஆயிரம் அடி உயரத்தில் இருக்கிறது. லடாக் மொழியில் லும்ரா (மலர்வெளி) என்று இச்சமவெளி அழைக்கப்படுகிறது.

நுப்ரா ஆறுக்கு சியாச்சின் ஆறு என்றும் பெயருண்டு. சியாச்சின் பனிப்பாளம்தான் இந்தியாவின் பனிப்பாளங்களில் பழையது. பல்லாயிரம் வருடங்களுக்கு முன் உருவாகி இன்னும் அப்படியே நீடிக்கக்கூடியது அது. நுப்ரா ஆறு சியாச்சின் பனிப்பாளத்தில் இருந்து உருகி வழிந்து வருகிறது. அது ஷ்யோக் ஆற்றைச் சந்திக்கும் இடம்தான் நுப்ரா சமவெளி.

நுப்ரா சிந்துவில் சென்று கலக்கிறது. கிட்டத்தட்ட பத்தாயிரம் அடி உயரமுள்ள நுப்ரா சமவெளி உலகின் உயரமான வாழ்நிலங்களில் ஒன்று. லடாக்கில் ஒருவர் பார்த்தாகவேண்டிய அபூர்வமான இடமும் அதுவே. செல்வதற்கு அரிய இடமும் கூட.

கார்டங் கணவாய் வழியாக நுப்ரா சமவெளிக்குள் நுழையவேண்டும். ஷ்யோக் மற்றும் நுப்ரா சமவெளிக்குள் நுழைவதற்கான மலையுச்சி கணவாயான 'கார்டெங் லா' (Khardung-La) உலகிலேயே உயரமான வண்டிச்சாலை என்று அங்கே எழுதிவைத்திருக்கிறார்கள். அபாயகர மான வளைவுகள் இருந்தாலும் சன்ஸ்கர் சாலையை பார்த்துவிட்ட காரணத்தால் அந்த அளவுக்கு அச்சம் எழவில்லை. மேலே செல்லச் செல்ல குளிர் ஏறி ஏறி வந்தது.

மலை உச்சியில் சாலையோரமாக அந்த இடத்தின் உயரம் 5,602 மீட்டர் என்றும் (18,380 அடி) அதுதான் Highest Motorable Road in the World என்றும் சுற்றுலாத்துறையால் எழுதி வைக்கப்பட்ட பலகை உள்ளது. அங்கே வண்டியை நிறுத்தி இறங்கிக்கொண்டோம். நல்ல உச்சி வெயில். ஆனால் இறங்கியதும் குளிர்ந்த நீரில் குதித்ததுபோல இருந்தது. கைகால்கள் உதற ஆரம்பித்தன.

அஜிதனின் ஸ்வெட்டர் போதவில்லை. அங்கே காஷ்மீர் அரசின் சுற்றுலாத்துறையினரின் கடை இருந்தது. அங்கே சென்று ஒரு பிளாஸ்டிக் விண்ட்சீட்டர் வாங்கிக்கொண்டேன். அதில் அந்த இடம்

கார்டங் கணவாய் - உலகின் மிக உயரமான மலைப்பாதை

உலகின் மிக உயரமான மலைப்பாதை என்று எழுதப்பட்டிருந்தது. ஒரு நினைவுச்சின்னமும் ஆயிற்று.

அந்த உச்சிக்குச் சமானமான உயரத்தில் கிழக்காக ஒரு பெரிய பனி மலை. கண்கூசும் வெளிச்சத்துடன் பரந்து கிடந்தது. மலைவிளிம்பில் நின்று அதைப்பார்க்கையில் ஒரு பெரிய வெள்ளை விளக்கை நேருக்குநேர் பார்ப்பது போல இருந்தது. அத்தனை ஒளியுள்ள ஒன்று கடுங்குளிருடன் இருக்குமென்பது நம் தென்னிந்தியப் பிரக்ஞையை அதிரச்செய்யக்கூடியது.

ஓரளவுக்கு நல்ல சாலை என்பதனால் லடாக்கிலிருந்து மோட்டார் சைக்கிள் பயணங்கள் செய்பவர்கள் கார்டெங் லா வரை வருகிறார்கள். நாங்கள் சென்றபோதுகூட ஒரு குழு வந்து நின்று தலைக்கவசங்களைக் கழற்றிவிட்டு புகைப்படங்கள் எடுத்துக்கொள்வதைக் கண்டோம். அதற்கு அப்பால் பெரும்பாலும் மோட்டார் சைக்கிள்கள் செல்வதில்லை.

கார்டெங் லா உச்சியில் இந்திய ராணுவத்தின் ஒரு கடை இருக்கிறது. அங்கே எந்நேரமும் சுடச்சுட டீ இலவசம். அரிசிமாவுக்குள் காய்கறிகள் வைத்தும் நம்மூர் இலையப்பம் போல ஆவியில் வேகவைக்கப்படும் மோமோ என்னும் ஒருவகை அப்பம் அங்கே சூடாகக் கிடைத்தது. அதையே காலை உணவாகச் சாப்பிட்டோம். சுவையாக இருந்தது.

கடுமையான மூச்சுத்திணறல் இருந்தமையால் காஷ்மீரி கஹ்வா கிடைக்குமா என்று கேட்டோம். கிடைக்கவில்லை. அங்கே இருந்த இந்திய ராணுவ வீரர் ரானா இன்முகத்துடன் வரவேற்று டீ கொடுத்தார். அவரது சொந்த ஊர் நேபாளம் என்றார். எப்படி இந்திய ராணுவவீரராக ஆனார் என்று தெரியவில்லை.

அபாயகரமான மூச்சுத்திணறல் ஏற்பட வாய்ப்புள்ள இதய-நுரையீரல் நோயாளிகளுக்காக அங்கே ஆக்ஸிஜன் மையம் ஒன்று நிறுவப் பட்டுள்ளது. ஒரு சுவாரசியத்துக்காகப் போய் மூச்சிழுத்துப் பார்ப்போமே என்று பார்த்தோம். பூட்டிக்கிடந்தது. மூச்சுத்திணறல் இருந்துகொண்டுதான் இருந்தது. ஆனால் இளவெயிலின் இனிமையை அங்கே அனுபவிப்பதுபோல எங்கும் உணரமுடியாது.

கார்டெங்லா அக்டோபரில் பொதுமக்களுக்கு மூடப்பட்டுவிடும். அதன்பின் ஜூனில்தான் திறக்கப்படும். தொடர்ச்சியாக இங்கே நிலச்சரிவுகள் நிகழ்ந்துவருகின்றன. வருடந்தோறும் விபத்தில் பயணிகள் இறப்பதும் நடக்கிறது. வரும்வருடங்களில் பனிமலைப் பயணிகளுக்காக கார்டெங்லாவை குளிர்காலத்திலும் திறப்பதற்கான முயற்சிகள் நடந்துவருகின்றன.

நாங்கள் கார்டெங்லாவைத் தாண்டி நுப்ரா பள்ளத்தாக்கை நோக்கிச் செல்ல ஆரம்பித்தோம். நுப்ரா நான்குபக்கமும் மலைகளால் சூழப்பட்ட ஒரு மேட்டு நிலம். மலைகளின் இடுக்கு வழியாக நுப்ரா ஆறு அறுத்துப் பீரிட்டு வெளிவந்த மலைவெடிப்புதான் உள்ளே செல்வதற்கான ஒரே வழி.

நுப்ரா செல்வதற்கான அனுமதிகள் உள்ளூர்நிர்வாகம் மற்றும் வனத்துறையிடமிருந்து பெறவேண்டும். அதற்கு வழக்கமாக இருநாட்கள் ஆகும். நாங்கள் சத்பால் சிங்கிடமிருந்து அதைப்பெற்றுக் கொண்டோம். மலையிறங்கி நுப்ராவின் விளிம்பை அடைந்தோம். அதைப்பார்த்துக்கொண்டே சென்றோம். மலையிடுக்குகளிலிருந்து குட்டி ஆறுகள் துள்ளிச்சரிந்து வந்து நுப்ராவை கட்டிக்கொண்டன.

நுப்ரா சமவெளியின் தலைநகரம் என்று திஸ்கித் என்னும் ஊர் சொல்லப் படுகிறது. நுப்ரா சமவெளியில் மிகமிகக் குறைவாகவே மக்கள் வாழ்கிறார்கள். பெரும்பாலானவர்கள் குளிர்காலத்தில் மலையிறங்கிச் சென்றுவிடக்கூடிய அலையும் மேய்ப்பர்கள். திஸ்கித் ஒரு தொன்மை யான பௌத்த மடாலயம். அங்கே எப்போதும் பிட்சுகள் இருப்பார்கள். ஆகவே அதுவே நுப்ரா சமவெளியின் மையமாக ஆகிவிட்டது.

நுப்ரா சமவெளிக்கான பாதையும் ஒரு திகில்பாதையாகவே இருந்தது. மலைகளில் சுற்றிச்சென்ற மண்சாலை பெண்களின் அலங்காரத் துப்பட்டா போல நழுவிநழுவிசரிந்துகொண்டிருந்தது. பக்கவாட்டு பள்ளத்தைப்பார்க்காமல் தத்துவ, அரசியல், அழகியல் சிந்தனைகளில் ஈடுபட்டால் நிம்மதியாகச் சென்று சேரமுடியும். நுப்ரா செல்லும் பயணம் ஒரு முழுநாளும் நீடித்தது. பயணம் என்பதைவிட மலைத் தோற்றங்களினாலான கலைக்கண்காட்சி வழியாக மெல்ல மெல்ல நகர்வது என்று அதைச் சொல்லலாம்.

இப்பகுதியின் நிலம் அதுவரை பார்த்ததிலிருந்து முழுமையாகவே வேறுபட்டிருந்தது. இமயத்தில் வடக்காகப் போகப்போக மழை குறையும், விளைவாக நிலம் மாறுபடும். காஷ்மீர் ஒரு மலையுச்சிப் பசுமைநிலம். கார்கில் வரும்போது நிலம் வறண்டு பாறைவெளியாக ஆகியது. லே நெருங்கியபோது புழுதிமலைகள். இங்கே கூழாங்கல் மலைகள். அப்பகுதியை ஆப்கானிஸ்தானிய நிலம் என்று சொன்னால் எவருக்கும் ஐயமிருக்காது.

மேலும் செல்லச்செல்ல செர்ஜியோ லியோனின் திரைப்படங்களில் வரக்கூடிய வறண்ட மெக்ஸிகோ பாலைநிலம்போலவே தோன்ற ஆரம்பித்து சூழல். மொட்டைக்குன்றுகள். காற்றில் அரித்து விசித்திர வடிவுடன் நின்றிருந்த செம்மண் பாறைகள். பிளந்தும் வெடித்தும்

கூழாங்கல் மலைகள்...

வறண்ட நிலம்...

மொட்டைக்குன்றுகள்... உயர்ந்த கூம்புப்பாறைகள்...
நடுவே மணல்கூம்பாறங்கள்

நின்ற சேற்றுப்படிவப் பாறைகள். காற்று உருவாக்கிய குகைகள். நிலம் உருமாறிக்கொண்டே இருந்தது.

பின்பு இன்னொருவகை நிலம். உயர்ந்த கூம்புப்பாறைகள். நடுவே பொங்கி வழிந்திருந்த மண்மணல்கூம்பாரங்கள் பச்சை நிறமாக இருந்தன. புல்பச்சை அல்ல, மின்னும் களிம்புப்பச்சை. கீழே சாலை யோரம் உருண்டுவந்து கிடந்த சில பெரும்பாறைகளை நோக்கிய போது காரணம் பிடிகிடைத்தது. அவை பச்சைநிறமான பாறைகள். Chlorite வகைப்பாறைகள் அவை. அவை பனியால் உடைத்து நொறுக்கப்படுவதனால் வரும் பச்சை நிற மணல். சற்று நேரத்தில் அந்தப்பொடிமணலின் முந்தானைச்சரிவு செந்நிறமாக தெரிய ஆரம்பித்தது. செந்நிறப்பாறைகளினால்.

சில இடங்களில் வெண்ணிறமான மணல்மலைகள் காற்றாலும் மண்பொழிவாலும் வரிவரியாகச் சீவப்பட்டவைபோல தோன்றின. தொலைவிலிருந்து பார்க்கையில் குளிப்பாட்டப்பட்டு ஈரம் சொட்ட வந்து நிற்கும் பாமரேனியன் நாய் போல தோற்றமளித்தன. வடிவமின்மை என்பது நம் அந்தக்கரணத்தை திகைக்கச்செய்கிறது போலும். அறிந்த வடிவங்கள் அனைத்தையும் அள்ளியள்ளிப்போட்டு அந்த அகழியை நிறைத்துக்கொள்ள முயல்கிறோம் போலும்.

ஆனால் இலக்கியத்தின் பணியே அதுதானே? சொல்லமுடியாத ஒன்றை சொல்வது. மொழிக்கு அப்பால் உள்ள ஒன்றை நோக்கி மொழியை முடிந்தவரை கொண்டு செல்வது. முடியாமல் மொழி திரும்பிவரும் இடமே எப்போதும் மொழியனுபவத்தின் உச்சமென அறியப்படுகிறது. ஏனென்றால் கற்பனை மொழியின் அந்த உச்சி விளிம்பிலிருந்து மேலே எம்பிச்சென்றுவிடுகிறது.

சாலை இறங்கிக்கொண்டே இருந்தது. மெல்லமெல்ல குளிர் குறைந்து உடலில் வெம்மை ஓட ஆரம்பித்தது. உண்மையில் குளிர் நன்றாகவே இருந்தது. ஆனால் மலையுச்சியைவிட குறைவு என்பதே வெம்மையாக உணரச்செய்தது.

நுப்ரா சமவெளி வரலாறு முழுக்க சுதந்திரமான நிலமாகவே இருந்துள்ளது, காரணம் இந்தப்பகுதிக்குள் நுழைவது மிகக் கடினம் என்பதுதான். ஆனால் திபெத் மற்றும் லடாக்கின் ஆட்சியாளர்கள் தொடர்ச்சியாக நுப்ரா சமவெளியை கைப்பற்ற முயன்றபடிதான் இருந்துள்ளனர். ஆனால் அதிகபட்சம் நுப்ரா சமவெளியின் சிறுமன்னரிடமிருந்து கப்பம் பெறுவதை மட்டுமே அவர்களால் செய்யமுடிந்திருக்கிறது.

நுப்ராசமவெளியின் மக்கள் பால்ட்டி மொழி பேசக்கூடியவர்கள். நம் காதுகளுக்கு அது திபெத்திய மொழியாகவே ஒலிக்கிறது. பா என்ற ஒலி அதிகம் காதில் விழுவதாக ஒரு பிரமை. பெரும்பாலும் பௌத்தர்கள். மிகச்சிறுபான்மையினராக ஷியா முஸ்லிம்கள் உள்ளனர். மாடு மேய்த்துக்கொண்டு அலைவதுதான் சமீபகாலம்வரை இவர்களின் தொழில். இப்போது சுற்றுலாவை தொழிலாகச் சொல்லலாம்.

வரலாற்றின்படி பதிநான்காம்நூற்றாண்டில் லடாக்கை மன்னர் கிரக்ஸ்பா பம் லே (Grags-pa-'bum-lde) ஆண்டிருக்கிறார். அவரது தம்பி நுப்ராசமவெளியை வெல்ல முயல அதை நுப்ராவின் இனக்குழு அரசரான நிங் மா கிரக்ஸ்பா (Nyig-ma-grags-pa) வென்றிருக்கிறார். நிங் மா மன்னர்தான் நுப்ரா சமவெளியின் அடையாளமாக உள்ள திஸ்கித் கோம்பா மடாலயத்தைக் கட்டுவதற்கான நிதியுதவியைச் செய்தார் என்று வரலாறு குறிப்பிடுகிறது.

மாலையில் திஸ்கித் (Diskit) மடாலயத்துக்குச் சென்று சேர்ந்தோம். சென்ற சிலவருடங்களாக இங்கே சுற்றுலாவை மேம்படுத்த அரசு முயன்றுவருகிறது. மேலும் தலாய் லாமா அடைந்துள்ள உலகப்புகழ் காரணமாக திபெத்திய பௌத்தமும் வளர்ந்து வருகிறது. பெரும் பாலான லடாக்கிய மடாலயங்கள் நல்ல நிலையில் உள்ளன. நன்றாக பேணப்படுகின்றன. ஏராளமான மாணவர்கள் மதக்கல்வி பெறுகிறார் கள். சன்ஸ்கர் சமவெளியில் உள்ள ரங்தூம் போன்ற சில தொலைதூர மடாலயங்கள் மட்டுமே விதிவிலக்கு.

திஸ்கித் மடாலயம்

பெரும்பாலான லடாக்பகுதி மடாலயங்கள் போலவே திஸ்கித் மடாலயமும் வானிலிருந்து கீழிறங்கும் பெரும் படிக்கட்டு போலிருந்தது. உச்சிக்குன்றில் மடாலயத்தின் மையக்கோயிலைக் கட்டி விடுகிறார்கள். பின்னர் அடிவாரம் வரை அதன் விஹாரக் கட்டடங் களைக் கட்டிக்கொண்டே இருக்கிறார்கள். மலையே கட்டடமாக ஆகிவிடுகிறது.

திஸ்கித் கோம்பா கெலுக்பா பிரிவினரின் மடாலயமமாகும். சோங் கபா (Tsong Khapa) என்ற பௌத்த ஞானியால் பதினான்காம்நூற்றாண்டில் உருவாக்கப்பட்டது கெலுக்பா பௌத்த ஞானப்பிரிவு. அவரது நேரடி மாணவரான ஸாங்க்போ (Changzem Tserab Zangpo) இந்த மடாலயத்தை நிறுவினார்.

பொடோங் எனப்படும் தலைமை லாமாவின் அலுவலகம் கீழே உள்ளது. அங்கே ஒரு அருங்காட்சியகமும் உள்ளது. ஆனால் நாங்கள் செல்லும்போது அவை பூட்டிக்கிடந்தன. மலைக்கு மேலே லாசங் கோயில் உள்ளது. அங்கே சோங் காப்பா என்ற ஞானியின் சிலை உள்ளது என்றார்கள். ஆனால் அதுவரை ஏறிச்செல்ல எங்களுக்கு நேரமிருக்கவில்லை.

திஸ்கித் மடாலயம் ஷ்யோக் ஆற்றின் கரையில் ஒரு பெரிய குன்றின் மீது சமவெளியைப் பார்த்தபடி அமைக்கப்பட்டுள்ளது. நுப்ரா ஆறு இங்குதான் ஷ்யோக் ஆறுடன் கலக்கிறது. தூரத்திலேயே குன்றின்

மலைச்சிகரச் சிலை

உச்சியில் இருந்த பெரும் சிலையை பார்த்துவிட்டோம். பின்னர் இரு ஆறுகளும் கலக்கும் ஆழத்தை. அங்கே ஒளி ஒளியுடன் இணைவது போல நீர்வளைவுகள் முயங்குவதை கண்டோம்.

நாங்கள் மேலும் பலகிலோமீட்டர் சென்று நுப்ரா சமவெளியின் எல்லையில் உள்ள ஹண்டர் என்ற ஊரில்தான் இரவு தங்கவேண்டும். ஆகவே திஸ்கித் மடாலயத்தை மறுநாள் திரும்பிவரும்போது பார்த்துக் கொள்ளலாம் என்று முடிவெடுத்தோம். திஸ்கித் மடாலயத்தின் அருகே இணையாக உள்ள ஒரு குன்றின் மீது 32 மீட்டர் உயரமுள்ள மைத்ரேய புத்தரின் புதிய கான்கிரீட் சிலை அமைக்கப்பட்டுள்ளது. அதை மட்டும் ஏறிப்பார்த்துவிடுவது என்று திட்டமிட்டோம்.

படிகளில் ஏறி மேலே சென்றோம். இந்தச்சிலையின் பீடம் ஒரு பெரிய கட்டடம். அதற்குள் பௌத்த ஆலயம் உள்ளது. சென்ற 2006 ல்தான் இந்த சிலை அமைக்கும் வேலை ஆரம்பமானதாம். இச்சிலை திஸ்கித் கிராமத்தை அபாயங்களில் இருந்து பாதுகாக்கும் பொருட்டு கட்டப் பட்டது என்கிறார்கள்.

கெலுக்பா பௌத்தப்பிரிவின் தலைவரான காண்டென் திபா (Ganden Thipa) எட்டுகிலோ தங்கத்தை இச்சிலையை அமைப்பதற்காக அளித்தார் என்கிறார்கள். கோயிலுக்குள் அவரும் தலாய் லாமாவும் சிரித்தபடி தழுவிக்கொண்டிருக்கும் வண்ணப்புகைப்படத்தைப் பார்த்தோம்.

சிலை பெரிதாக இருந்தாலும் அழகாக இருந்தது. ஒரு பெரும் மரச்சிற்பம் அது என்ற எண்ணம் ஏற்பட்டது. அதன் காலடிக்குக் கீழே மிகப்பலவீனமான ஒரு பொம்மை போல திக்சித் கிராமத்தின் தற்காலிகப்பசுமை.

மைத்ரேயர் அனைத்தையும் ஒன்றாக்கும் முத்திரையும் வைரமணி முடியுமாக தாமரை மீது அமர்ந்திருந்தார். குளிர்ந்த காற்று சமவெளியி லிருந்து வந்துகொண்டிருந்தது. கிராமத்தின் தொலைதூர ஒலிகள். வானம் வெளிச்சமாக இருந்தது. சுற்றிலும் அலையலையாகக் கிடந்த மலைகள் ஒளியை வாங்கி திருப்பி வான் நோக்கி பிரதிபலித்தன என்று பட்டது.

கோயிலுக்குள் மஞ்சள் ஆடை தரித்த சாக்கியமுனி புத்தரின் பெரிய சிலை. பக்கவாட்டில் பத்மசம்பவரின் சிலை உக்கிரமான கண்களுடன் உற்றுப்பார்த்தது. வஜ்ராயன குருக்களை மந்திர உபதேசம் செய்யும் பாவனையில் அமைப்பதே வழக்கம். அவர்கள் நம் கண்களை உறுத்துநோக்கிப் பேசமுயல்வதுபோலிருக்கும். பத்மசம்பவர் எப்போதும் ஒரு படைவீரரைப்போலத்தான் சித்தரிக்கப்படுகிறார்.

மலைகளால் சூழப்பட்ட மணல்வெளி - மலை உச்சியில்
பிரமிப்பூட்டும்படியான நிலக்காட்சி

கீழிறங்கி ஹண்டர் (Hunder) நோக்கிச் சென்றோம். நுப்ரா சமவெளியில்
இன்று முக்கியமான ஊர் என்பது ஹண்டர்தான். நுப்ரா சமவெளியின்
மறு எல்லை என்று அதைச் சொல்லலாம். ஹண்டர் செல்லும் வழியில்
நிலக்காட்சி பிரமிப்பூட்டும்படி மாறிக்கொண்டிருந்தது. அதை
இந்தியாவின் ஒரு மலையுச்சியில் உள்ள ஓர் இடம் என்று சொன்னால்
எவரும் நம்ப முடியாது. அது ஒரு பாலைவனம். நான்குபக்கமும்
மலைகளால் சூழப்பட்ட மணல்வெளி. மணல்மேடுகள் அலையலை
யாக தொலைதூரம் வரை பரவியிருந்தன. நடுவே சில இடங்களில்
உயரமில்லாத குத்துச்செடிகள். மணல் ராஜஸ்தான்போல செம்மை
கலந்ததாக இல்லாமல் நல்ல தூய வெண்ணிறமாக இருந்தது.

சாலை மலையை ஒட்டி சமவெளியின் விளிம்பில் வளைவாகப் போடப்
பட்டிருந்தது. அதில் செல்லும்போது நுப்ரா பாலைநிலம் மெல்ல
சுழல்வதாகப் பிரமை எழுந்தது. மலைகள் அதன்மேல் அமர்ந்து
சுற்றிவருவதுபோல. மீண்டும் மீண்டும் மனதை நம்பவைக்க
வேண்டியிருந்தது, அது இமயமலையின் உச்சி என. வெண்மணல்
மேடுகள் வானிலிருந்து விழுந்து படிந்த பட்டுச்சீலை போலத்
தெரிந்தன. இல்லை அவை பனியா என்று மீண்டும் அகம் அடம்
பிடித்தது. மணலேதான். மலையிடுக்குகளிலிருந்து காற்று வீசும்
இடங்களில் மணல் புகைபோல எழுந்து பறந்துகொண்டிருந்தது.
சிலசமயம் அது மணலால் ஆன ஓர் அருவி என நினைக்கச்செய்தது.

இமயம் என்பது ஒரு மலை என்று நினைத்துக்கொண்டிருக்கிறோம். பள்ளிப்பாடங்கள் அளிக்கும் சித்திரம். மொத்த இந்தியாவிலும் உள்ள நிலக்காட்சிகளை விட இமயமலையில் உள்ள நிலக்காட்சிகள் அதிகம். பச்சை வயல் சமவெளிகள், மொட்டை மலைகள் சூழ்ந்த வெறும் வெளிகள், பனிப்பாலைகள், வெண்மணல் மேடுகள், ஆற்று வெளிகள்...

இந்தியா, பாகிஸ்தான், ஆப்கானிஸ்தான், அரேபியா, சுவிட்சர்லாந்து, லண்டன், அமெரிக்கா என எங்கே எடுத்த சினிமாவுக்கும் நீட்சியை இமயத்திலேயே எடுத்துவிடலாம் என்று சினிமாவுடன் தொடர் புடையவன் என்ற கோணத்தில் சிந்தித்தேன். நாங்கள் சென்று கொண்டிருப்பது அரேபியா என்று சொன்னால் எவரும் நம்புவார்கள்.

ஹண்டருக்குச் சென்று சேர்ந்தோம். மிகச்சமீபமாக உருவாகி வந்திருக்கும் ஓர் ஊர். ஊரை உருவாக்கியது இந்திய ராணுவம் என நன்றாகவே தெரிந்தது. ஊரின் மையம் என்பது மிகப்பெரிய ராணுவ நிலையம்தான். முள்வேலிபோட்டு மலையடிவாரங்கள் வளைக்கப் பட்டிருந்தன. ராணுவத்துக்குரிய உயரமற்ற, மண்ணில் மறைந்து தெரியக்கூடிய, கட்டடங்கள். ஆனால் ராணுவத்தினர் அதிகம் கண்ணில் படவில்லை. அங்கே ராணுவத்தினர் எவரும் குடும்பத்துடன் பணியாற்றமுடியாது.

பயணிகளை உத்தேசித்து இந்திய அரசின் சுற்றுலாத்துறையின் தாராளமான கடல்வசதியால் கட்டப்பட்ட விடுதிகள் சில இருந்தன. மொத்த ஹண்டர் ஊரும் ஒரு கோடைகாலத் தற்காலிகத் தங்குமிடம் தான். அக்டோபரில் மொத்த ஊரும் முழுமையாகவே கைவிடப்படும். ராணுவத்தினர் மட்டும் இருப்பார்கள். திக்சித் மடாலயத்தில் பிட்சுகளும்.

விடுதிகள் எல்லாமே மிகச் செலவேறியவை என்பது ஓரக்கண்ணால் பார்த்தாலே தெரிந்தது. நாங்கள் செல்லவேண்டிய இடம் வனவிடுதி. அதை ஒருவழியாகக் கண்டுபிடித்தோம். புதிய கட்டடம். ஆனால் அது பயன்பாட்டில் இருப்பதாகவே தெரியவில்லை. உள்ளே சென்றால் எவரும் இல்லை. பி.எஸ்.என்.எல்லின் அலைபேசி ஓரளவு சமிக்ஞை கொடுத்தது. சத்பால்சிங்கை கூப்பிட்டோம். அவர் அந்த விடுதிப் பொறுப்பாளரைக் கூப்பிட்டுச் சொல்வதாகச் சொன்னார். நாங்கள் திரும்பிச்சென்று ஹண்டரின் கடை ஒன்றில் சாப்பிட்டோம். எனக்கு இரவுணவுக்கு ஆப்பிள் கிடைத்தது. ஆனால் விலை நாகர்கோயிலை விட அதிகம்.

திரும்பிவந்தோம். சத்பால்சிங் விடுதிப்பொறுப்பாளரின் மேலதிகாரியை அழைத்திருக்கிறார். அவர் நுப்ரா சமவெளியிலேயே இல்லை. விடுதிப்

பொறுப்பாளர் திஸ்கித்தில் இருக்கிறார். அவர் இங்கே வரும் வழக்கமே இல்லை. பொதுவாக ஹண்டருக்கு அரசதிகாரிகள் எவருமே வருவதில்லை. அலுவலர்கள் வந்து பணியாற்றுவதும் இல்லை. சத்பால்சிங் மன்னிப்பு கோரினார்.

திரும்பி விடுதி தேட ஆரம்பித்தோம். ஒரு விடுதியில் இடமில்லை. இன்னொரு விடுதியில் எல்லா அறைகளும் காலியாக இருந்தன. ஹண்டரில் விடுதிகள் கட்டப்பட்டுள்ளனவே ஒழிய பயணிகள் வருகை மிகமிகக் குறைவு. இந்தியர்கள் வருவதில்லை. வெளிநாட்டவர் இன்னும் வர ஆரம்பிக்கவில்லை. சமீபகாலமாகத்தான் சுற்றுலாத்துறை இணையம்மூலம் வெளிநாட்டவரைக் கவர ஆரம்பித்திருக்கிறது.

ஹண்டரின் விடுதியில் தங்கினோம். விடுதிக்குள்ளும் வெளியிலும் விசித்திரமான ஒரு தழைமணம். வெளியே ஆப்பிள் மரங்கள் காய்க்க ஆரம்பித்திருந்த வாசனை அது. மாலையாகிவிட்டதனால் குளிர் நன்றாகவே இருந்தது. அறைக்குள் சென்றதுமே விழுந்து தூங்க

வேண்டுமென்ற எண்ணம்தான் ஏற்பட்டது. ஆனால் மூச்சுத்திணறல் தூங்கவிடுமா என்ற ஐயமும் வந்தது. ஆழமாக மூச்சிழுத்து விட்டு பிராணயாமம் செய்தேன். அதன்பின் தூங்கினால் சட்டென்று தூக்கம் வந்துவிடும். அதன்பின் எல்லாவற்றையும் தூக்கமே பார்த்துக் கொள்ளும். என் தூக்கத்துக்குள் ஆப்பிள் தோட்டங்கள் மெல்ல முளைத்து பூக்க ஆரம்பித்தன.

8

ஹண்டரின் விடுதியில் தேவதேவன் காலையிலேயே எழுந்து சென்று சுற்றிலுமுள்ள செடிகொடிகளைப் பார்வையிட ஆரம்பித்து விட்டிருந்தார். பின்பக்கம் நின்ற ஆப்பிள் மரங்களிலிருந்து நாலைந்து ஆப்பிள்களை பறித்துவந்தார். அவரும் அஜிதனுமாகத் தின்றனர். அஜிதன் 'பாக்க சிவப்பாத்தான் இருக்கு. ஆனா காய்' என்றான். தேவதேவன் 'நல்லாத்தான் இருக்கு' என்று அபிப்பிராயப்பட்டார்.

விடுதிக்கு முன்னால் தக்காளி வெங்காயம் பயிரிட்டிருந்தனர். தேவதேவன் ஊருக்குச்சென்றதும் அதேபோல வெங்காயம் பயிரிடப் போவதாகச் சொன்னார். வெங்காயத்தாள் பொரியல் செய்வதை அவருக்கு நான் விளக்கினேன்.

விடுதியின் முகப்பில் பெரிய சூரியமின்சக்தி வெந்நீர் உருளை இருந்தது. ஒரு குழாய்வழியாக குளிர்நீரைக் கொட்டியபோது கொதிக்கக் கொதிக்க வெந்நீரை மறுபக்கம் ஊற்றியன. குளித்து முடித்த போது ரொட்டியும் பழக்கூழும் காபியும் வந்தது. சாப்பிட்டுவிட்டு அறையை ஒழித்து கிளம்பினோம். முதலில் நுப்ரா சமவெளியின் பாலைவன மணல்.

நான் பல்வேறுபாலைவன மணல்மேடுகளில் அலைந்திருக்கிறேன். ஆனால் மலையுச்சியில் ஒரு மணல்வெளியில் நிற்பது அதுவே முதல் முறை. மனம் பொங்கிக்கொண்டே இருந்தது. காலையிலேயே வெயில் வந்துவிட்டது. ஆனால் குளிரும் அதேயளவுக்கு இருந்தது. காரை ஓர் ஓடையருகே நிறுத்திவிட்டு இறங்கி கையை விரித்துக்கொண்டு நின்றபோது உலகின் உச்சியில் நின்ற பரவசம் உருவாகியது.

இந்த பருவகாலத்தில் மட்டும் ஜம்மு காஷ்மீர் சுற்றுலாத்துறை ஏற்பாடு செய்திருக்கும் ஒட்டகச்சவாரி வசதி உள்ளது. ஆனால் அதெல்லாம்

மலையுச்சியில் மணல்வெளியில்...

காலை ஒன்பதுமணிக்கு மேலேதான். நாங்கள் செல்லும்போது கூடாரங்கள் காலியாக இருந்தன. மணலில் ஒரு நடை சென்று வரலா மென்று கிளம்பினோம். சாதாரணமாக மணலில் நடந்தாலே மூச்சுத்திணறும். ஆக்ஸிஜனும் குறைவாக இருந்ததனால் ஆஸ்துமா நோயாளிகள் போல உணர்ந்தோம்.

ஆனால் நடக்க நடக்க உடம்பு சூடாகி நுரையீரலை விரிக்கும்போல. மூக்கடைப்புகள் முற்றாக விலகி நுரையீரலுக்குள் காற்று முழுமையாக சென்று மீள்வதை உணரமுடிந்தது. சாதாரணமான பாலைநில மணலை விட மென்மையான தூசுபோன்ற மணல் இது. கையில் அள்ளியபோது கண்ணாடிப்பொடிபோலவே இருந்தது. ஒரு பெரிய பருந்து செத்து பாடமாகி மண்ணோடு ஒட்டிக்கிடந்தது, உடைந்த குடைபோல.

மணல்மேட்டில் சறுக்குவதுதான் பாலைவன அனுபவத்தில் முதன்மை யானது. மலைச்சரிவுபோல அச்சமூட்டும். செங்குத்தாக இருப்பது போல பிரமைகூட்டும். ஆழத்தை எண்ணி கால் பதறும். ஆனால் நடக்கலாம். பாயலாம். விழவே மாட்டோம். அதை நம் அகம் அறிந்ததும் வினோதமான குதூகலம் ஒன்று நம்மை ஆட்கொள்கிறது. மணலில் சறுக்கி கீழே சென்றோம். அஜிதன் படுத்து உருண்டே கீழே வந்தான். ராஜமாணிக்கம் உருண்டபோது பீதியடைந்துவிட்டார். ஒரு கட்டத்தில் உருளுவதன் வேகத்தின்மீது நமக்குக்கட்டுப்பாடு இல்லை என்று உணர்வதன் அச்சம்.

மணல் குழந்தைகளாக ஆக்கியது. மாறி மாறி விழவைத்தோம். மணலில் ஓடினோம். மலைகள் சூழ்ந்திருக்கையில் அந்த மணல்வெளி ஒரு மடித்தட்டு போலிருந்தது. சின்ன வயதில் அம்மாவின் மடியில் விளையாடியது போல. அம்மா வெள்ளைவேட்டிதான் கட்டுவாள்.

நாலைந்து சுற்றுலாப்பணியாட்கள் வந்தார்கள். இருவர் அருகே இருந்த குறுங்காட்டுக்குள் சென்றார்கள். அங்கே வினோதமான ஒலி கேட்டது. செம்புத்தவலையை சுவரில் உரசியதுபோல. அதன்பின் அவர் ஒட்டகங் களை கூட்டிவந்தார். நான் இரட்டைத்திமில் பாக்டீரிய ஒட்டகங்களைப் பார்ப்பது அதுவே முதல்முறை. உண்மையில் முதற்கணம் ஏதோ ஸ்டீவன் ஸ்பீல்பர்க் படத்தில் வரைகலை டைனோசர்களை பார்ப்பது போல தோன்றியது.

ஒட்டகங்கள் மணலில் நடந்து வருவது ஓர் அழகு. அவை மணலை அதிராமல் மிதித்து மிதப்பது போல வரும். மணலுக்குச் சொந்தக் குழந்தைகள் அவை என்ற எண்ணம் ஏற்பட்டது. அவற்றின் திமில்கள் குழந்தைகள் தள்ளாடி அமர்ந்திருப்பது போல அசைந்தன.

அடர்ந்த முடிபோர்த்தப்பட்ட உடம்பு. முடி தொங்கும் விலாவும் வயிறும். முடி குச்சலமாக அடர்ந்த கால்கள். முதுகின் இரட்டைத்திமில்கள் சரிந்து குழைந்து கிடந்தன. கோடையில் தூக்கமே இல்லாமல் மேய்ந்து ஏற்றிக்கொண்ட கொழுப்புச்சேகரிப்பு அவை. குளிர்காலத்தில் அவை கரைந்து மறைந்துவிடும். சாதாரண ஒட்டகத்தைவிட இருமடங்கு சேமிப்புக்கிடங்குகள் கொண்டவை. ஆதலால்தான் அவை இந்தக்குளிர் வெளியில் வாழமுடிகிறது.

குளிர்காலத்தில் குச்சிகளை மட்டும் தின்று பனிக்கட்டியை குடித்து வாழ முடியும் அவற்றால். வாய்க்குள் பற்களைப்பார்த்தால் பயமாக இருக்கும். பசுக்கள் தொடாத பலவற்றையும் முறுக்கு தின்பதுபோல தின்ன முடியும். படுத்ததுமே அசைபோட ஆரம்பிக்கின்றன. அசை போடப்படுவதற்காக இரைப்பையில் இருந்து உணவு கிளம்பி வாய்க்கு வருவதை வெளியே காணமுடியும்.

பாக்டீரியன் ஒட்டகங்களை ஒட்டகமென்றே சொல்லமுடியாது. கழுத்தும் பிளவுண்ட வாயும் அகலமான குளம்புகளும்தான் அவற்றை ஒட்டகமெனக்காட்டின. சோம்பலாக மென்றபடி படுத்துக்கொண்டன. மூக்கை அடிக்கடி நன்றாக மூடி பார் என்றன. மோவாய் பிளந்திருந்தது.

அவை படுப்பதும் வேடிக்கையான காட்சிதான். மணலில் அடிவயிற்றை நன்றாக ஒட்டி பின்கால்களை கும்பிடுவதுபோல கூப்பி முன்கால்களை மடித்து உள்ளே வைத்து கழுத்தை வளைத்து அவை

பாக்டீரியன் ஒட்டகங்கள்

படுத்திருக்கும் அழகு பரவசமூட்டியது. எழுவதென்றால் முதலில் பின்னங்கால்களைத் தூக்கின.

இங்குள்ள கழுதை யாக் மாடுகள் எல்லாவற்றின் முடியும் தேங்காய்நார் போல சொரசொரவென்றிருக்கும். கோடைநிலத்து உயிர்களின் முடியில் உள்ள பளபளப்போ வழுவழுப்போ இருப்பதில்லை. முடியை மென்மையாக்க தோலில் இருந்து ஊறும் எண்ணெய் இவற்றுக்குக் கிடையாது. ஒட்டகங்களின் முடியைத் தொட்டுப்பார்த்தேன். நார்க்கம் பளத்தை வருடியதுபோல இருந்தது. திமில் உறுதியாக எலும்புக்குவை மாதிரி தோன்றியது. கடித்துக்கிடித்து வைக்குமோ என்ற அச்சம் இருந்தது.

ஒட்டகங்களின் பார்வை விசித்திரமானது. மோவாயைத் தூக்கி அலட்சியமாகப் பார்க்கும்பார்வையை ஆங்கிலத்தில் supercilious என்பார்கள். எல்லா ஒட்டகங்களும் உலகை துச்சமாக நினைக்கும் உயர்குடிகள் என்ற எண்ணம் ஏற்பட்டது.

ஒட்டகங்களின் முதுகில் கம்பளங்களை போட்டு உடலுடன் கட்டினார்கள். வட இந்தியப்பெண்கள் புல்லாக்கு போல போட்டிருக்கும் மூக்குவளையம் போல ஒட்டகங்களும் அணிந்திருந்தன. அவற்றில் கயிறுகட்டிப்பிடித்துக்கொண்டால்தான் இவற்றைக் கட்டுப்படுத்த முடியும். இங்கே மாடுகளுக்கும் இதே மூக்குச்சவ்வு வளையம்தான். பெண்களின் புல்லாக்கும் இதிலிருந்து வந்ததோ என்னவோ?

ஒட்டகப்பயணம்...

புல்லாக்கைப்பிடித்து சற்றே அசைத்து பால்டி மொழியில் ஒரு கூச்சல். ஒட்டகம் 'உசிரை வாங்குறானுங்கப்பா' என்ற பாவனையில் எழுந்து கொண்டு காலால் மணலை தட்டியது. திமில்கள் இருபக்கமும் தொய்ந்து ஆடின. பர்ர் என ஒரு ஒலி. கண்களுக்குமேல் இமைமயிர் ஒரு திரைபோல தெரிந்தது.

பயணிகளாக எங்களைத்தவிர ஒரு தொழிலதிபர் குடும்பமும் ஒரு ஜெர்மானியப்பெண்மணியும் மட்டும்தான். ராஜமாணிக்கமும் தேவதேவனும் ஒட்டகங்களில் ஏறிக்கொள்ள விரும்பினார்கள். அவர்கள் ஏறும்போதுள்ள முகபாவனை வேடிக்கையாக இருந்தது. தேவதேவன் 'ஒட்டகத்தோட அசைவு என் ஓடம்புக்கு வாறத அனுபவிக்கணும்னு ஆசை' என்றார். அஜிதன் மிருகங்கள் மீது ஏறுவதில்லை என்ற கொள்கை உடையவன். மிருகங்களை உண்பதுமில்லை.

கூட்டமாக அவர்களை பாலைநிலத்தில் ஒரு வட்டமடித்து நடக்கச் செய்து கூட்டிவந்தார்கள். இரு திமில்கள் நடுவே செருகிக்கொண்டு அமர்வது சிரமம். ஒட்டகப்பயணம் நான் நிறையவே செய்திருக் கிறேன். ஐந்துநிமிடங்களுக்குப்பின் இடுப்பு பிடித்துக்கொண்டு உயிர்போகும். ஒரு விசித்திரமான அந்தர நடனம் அது. பழகிவிட்டால் நம் உடம்பு ஒட்டகத்தின் அசைவுக்கு எதிர்வினை காட்டாமலாகி விடும். அதன்பின் பிரச்சினையில்லை.

ஒட்டகப்பயணம் முடிந்து வந்து இறங்கிய தேவதேவன் 'ஒட்டகம் மாதிரியே தெரியல்ல' என்றார். வேறு எப்படி இருக்கிறது என்றேன். 'சைக்கிள் ரொம்பநாள் பழகினா சைக்கிளுக்கு நம்மள தெரியும்னு தோணும்ல, அதேமாதிரி ஒட்டகத்துக்கு என்னைய நல்லா தெரியும்னு தோணிச்சு' என்றார்.

ஒட்டகத்தில் இருந்து இறங்கிய வெள்ளைக்காரி எழுப்பிய ஒலி உறவுச்சத்திற்கானது. ஒட்டகம் ஒருவரை இறக்கி விட்டதுமே உரிமையாளரிடம் அதற்கான பிரதிபலனை எதிர்பார்த்தது.

ஹண்டரில் இருந்து பனாமிக் வெந்நீர் ஊற்றைப் பார்க்கச் செல்ல வேண்டும். அது ஹண்டரில் இருந்து மேலும் எழுபது கி.மீ. மலைக்குள் இருந்தது. சியாச்சின் பனிப்பாளத்தின் கடைசி நுனி அது. இமயமலையின் எரிமலை வாய்களில் ஒன்று. லடாக்கில் பயணிகள் அனுமதிக்கப்படும் கடைசி எல்லை பனாமிக்தான்.

லேயில் நாங்கள் கூட்டிவந்த ஓட்டுநர் மலைப்பயணங்களில் நிபுணர். அவர்கூட இந்தப்பாதையில் ஓட்டமுடியாது. ஆகவே திஸ்கித் ஊரில் இருந்த இன்னொரு ஓட்டுநர் வண்டியை ஓட்டினார். மலையில் தவழ்ந்து ஏறிச்சென்ற வண்டியை ஒரு மொட்டைப்பாலையில் நிறுத்தினார். அங்கிருந்து நான்கு கி.மீ. மலையில் ஏறிச்சென்றால் யராப் ஸோ (Yarab Tso) என்ற புனிதமான ஏரி வருகிறது.

லடாக்கிய பௌத்தத்தில் பாவங்களைக் கரைக்கும் புனித ஏரியாக இது கருதப்படுகிறது. அடியில் எரிமலை இருப்பதனால் குளிர்காலத்தில் இது

யராப் ஸோ ஏரி

வெம்மையாக இருக்கும். ஆனால் அதில் இறங்கவோ நீரைத் தொடவோ கூடாது. அதன்கரையில் தியானம் செய்து பூசைகள் வைக்கலாம், அவ்வளவுதான்.

யராப் ஸோ ஒரு சிறிய ஏரிதான். அதன் கரையெங்கும் பக்தர்கள் வேண்டுதல்களுக்காக அடுக்கிச்சென்ற கல்லடுக்குகள் இருந்தன. அதிகம்பேர் வருவதில்லை. ஆனால் புல்கூட இல்லாத அந்த வெளியில் காற்றோ பனியோ வருவது வரை கல்லடுக்குகள் கலையாமலிருக்கும்.

நல்ல வெயில். சியாச்சினுக்கு அருகே அப்படி வியர்த்துக்கொட்டியது என்றால் நம்ப மாட்டார்கள். ஏரியை கண்டு திரும்பும் வரை மூச்சு விட்டதற்குச் செய்த உழைப்பே அதிகம். அந்த இடத்தின் வெறிச்சிட்ட தன்மை அது மனிதர்களின் நிலமல்ல, தெய்வங்களுக்குரியது என்று எண்ணச்செய்தது.

பனாமிக் வெந்நீர் ஊற்று சமீபகாலம் வரை வெறும் குழியாக இருந்தது. இப்போது குளியலறைபோல கட்டிவிட்டார்கள். நடுவே குளியல் தொட்டி போல பெரியதாக கான்கிரீட் போட்டு டைல்ஸ் போட்டு கட்டியிருக்கிறார்கள்.

உண்மையில் அங்கே தண்ணீர் சூடானது அல்ல. ஒரு குழாய் வழியாக பனிக்கட்டிபோன்ற குளிர்நீர்தான் தொட்டிக்கு வருகிறது. தொட்டிக்கு அடியில் எரிமலையின் கந்தகச்சூடு. ஆகவே அதில் விழும் குளிர்நீர் கொதிக்க ஆரம்பிக்கிறது. நிறைய நீர்விட்டால் இறங்கிக் குளிக்கும்பதத்தில் இருக்கும். கிருஷ்ணராஜ் குளிக்கவில்லை. மற்றவர்கள் இறங்கி ஒருமணிநேரம் குளித்தோம். வேறு பயணிகள் என எவரும் இல்லை. கந்தகத்தண்ணீர். ஆனால் பெரிய அளவில் கந்தகநாற்றம் இல்லை. அந்த குளிருக்கும் இனிய நீராடல் அது.

மீண்டும் நெடுந்தூரம் சென்று லேயை அன்று மாலைக்குள் அடைய வேண்டும். ஆகவே கிளம்பினோம். பாலைத்துண்டை பார்த்துக் கொண்டு சென்றேன். ஒருகட்டத்தில் அது மறைந்தது. ஒரு தேர்ந்த மந்திரவாதி சட்டைப்பைக்குள் இருந்து நம்பமுடியாத ஒருபொருளை எடுத்துக்காட்டிவிட்டு உள்ளே வைப்பதைப்போல இமயம் பாலை வனத்தைக் காட்டி மறைத்துவிட்டது. அதன் பைக்குள் இன்னும் என்னென்னவோ இருக்கக்கூடும். துருவப்பகுதிகள் பூமத்தியரேகைப் பகுதிகள், ஏன் கடல்கள்கூட!

செல்லும் வழியில் திஸ்கித் (Diskit or Deskit Gompa) மடாலயத்தை இறங்கிப்பார்த்தோம். திஸ்கித் ஊரிலேயே சாப்பிட்டுவிட்டு திஸ்கித் மடாலயத்திற்கு ஏறிச்சென்றோம். அங்கே ஐந்து வயதுமுதல் பதினைந்து வயதுவரை வெவ்வேறு பிராயங்களைச் சேர்ந்த இளம்

திஸ்கித் மடாலயம்

பிட்சுகள் உற்சாகமாக கிரிக்கெட் விளையாடிக்கொண்டிருந்தார்கள். செங்காவி உடை மொட்டைத்தலை சிரிக்கும் சிறிய கண்கள் பழுப்பு நிறமான பற்கள். எல்லாரும் சேர்ந்து எங்களை நோக்கி 'ஜூலே' என்று கத்தினார்கள். லடாக்கியமொழியில் அதற்கு 'வருக' என்று அர்த்தம்.

சில வயோதிக பிட்சுகள் நிழலில் அமர்ந்திருந்தனர். ஆசிரியர்களாக இருக்கலாம். ஒரு மூத்த பிட்சு எங்களிடம் எங்கிருந்து வருகிறோம் என்று கேட்டார். கன்யாகுமரி அவர்களுக்கு தெரிந்த ஒரே தென்னிந்திய ஊர் என்று தெரிந்தது. ஜூலே என்று வரவேற்று ஆசியளித்தார்.

மடாலயம் மிகவும் புதியதாகச் செப்பனிடப்பட்டிருந்தது. பெரிய முற்றம் தரையோடு ஒட்டப்பட்டு சுத்தமாக இருந்தது. மேலேறிச் செல்லும்போது அந்தப்பையன்களின் உற்சாகத்தை நினைத்துக் கொண்டேன். அவர்களின் ஆசிரியர்களும் அங்கேதான் இருந்தனர். ஆனால் எந்தக்கெடுபிடியும் இல்லை. நம் பள்ளி மாணவர்களின் தோள்களில் தெரியும் கண்ணுக்குத்தெரியாத எடை அவர்களிடம் இருப்பதாகத் தெரியவில்லை.

மடாலயத்தின் உட்பகுதி தொன்மையான கட்டடம் என்று தெரிந்தது. மையமாக புத்தர். இருபக்கமும் பத்மசம்பவர் காலபூதம். டோங்கா ஓவியத்திரைகளும் இருக்கைகளும் எல்லாம் புத்தம்புதியதாக இருந்தன. அந்த புத்தம் புதியதன்மை இன்னொரு வகையான அனுபவத்தை அளித்தது.

பழைமையான மடாலயங்கள் காலத்தின் மறுபக்கம் இருப்பவை போலத் தோன்றின. இந்த மடாலயம் வாழும் இடமாகத் தெரிந்தது. நூற்றாண்டுகள் பழைமையான ஓர் அமைப்பு அதேபோல இன்றும் நீடிப்பதைக் காண்கையில் ஒரு நிறைவு உருவாகிறது.

வெளியே வந்து கிளம்பும்போது ஆட்டம் முடிந்திருந்தது. தோல்வி யடைந்த பிட்சுகள் தலையை தொங்கப்போட்டு சிதறி அமர்ந்திருக்க வென்ற குட்டிப்பிட்சுகள் கூட்டமாக நின்று எங்களைநோக்கி 'ஜீத் கயே' என்று கூச்சலிட்டனர். தண்ணீர்புட்டிக்குள் நீரை வைத்து அமுக்கி ஷாம்பேன் போலச் சிதறடித்து சிரித்து ஆர்ப்பாட்டம் செய்தனர். சோழிசோழியாக பற்கள்.

மீண்டும் நீண்ட பயணம். உருளைக்கற்களின் பாதையில் மலையின் விளிம்பில் ஒட்டிக்கொண்டு ஊர்ந்து ஊர்ந்து மேலேறினோம். கார்டெங்லா கணவாய் (Khardung La) வரை சென்றபோது இருட்ட ஆரம்பித்திருந்தது. அங்கே கடைகள் பூட்டியிருந்தன. ராணுவ டீக்கடையில் நேபாள வம்சத்து ராணுவவீரரான ரானா மட்டும் இருந்தார். மீண்டும் கொதிக்கும் டீ. மோமோக்கள் இல்லை. மீண்டும் ஒரு டீயை குடித்து ஈடுகட்டிக்கொண்டோம்.

அவ்வேளையில் கார்டெங்லா கணவாயில் வண்டிகளோ மோட்டார் சைக்கிள்காரர்களோ இல்லை. அருகே பனிபடர்ந்த மலை மட்டும் வானத்தில் வெண்ணிறப்படலமாக நின்றிருந்தது. ஒரு பறக்கும் கம்பளம் போல அந்த பனிச்சரிவு தெரிந்தது. அல்லது வானுக்குச் செல்ல போடப்பட்ட படிக்கட்டு. வானம் என்னும் பசுவின் அகிடு. கீழே இருந்த மலை இருட்டி மறைய மறைய பனிப்படலம் வானில் தொங்கிக்கிடப்பதாகப் பட்டது.

கார்டெங்லாவிலிருந்து லே வரை மலையில் சுழன்றிறங்கும் இடுங்கலான பாதை. பயமாகத்தான் இருந்தது. ஆனால் இருட்டில் பயணம்செய்வதுதான் நல்லது என்றார்கள். ஓட்டுநெருக்கும்கூட அதுவே வசதி. முகவிளக்கின் ஒளியில் தெரியும் நிலத்தை மட்டுமே கவனித்து ஓட்டினால் போதும். கையாளமுடியாத கவலைகள் இல்லை. ஆகவே சிக்கல்களும் இல்லை. எம்.எஸ்.கல்யாணசுந்தரம் அவரது நூல்களில் ஒன்றில் இதை ஒரு பெரிய வாழ்க்கைத்தரிசனமாகச் சொல்லி இருக்கிறார்.

9

லே நகருக்கு நள்ளிரவில் வந்துசேர்ந்தபோது மின்சாரம் இல்லை. லே நகரம் சமீபகாலம்வரை முழுக்கமுழுக்க டீசலை எரித்துத்தான் மின்சாரத்தைப்பெற்றுக்கொண்டிருந்தது. அதுவும் ராணுவ டிரக்குகள் கொண்டுவரும் டீசலை அவர்கள் மின்சாரமாக ஆக்கி நகருக்கு விற்றுக்கொண்டிருந்தார்கள். சமீபகாலமாகத்தான் அங்கே இரு சிறு நீர்மின் நிலையங்கள் ஆரம்பிக்கப்பட்டுள்ளன. நாங்கள் அறையை அடைந்தபோது வன ஊழியர் இருளுக்குள் வந்து டீ கொடுத்தார்.

இரவு சத்பால் வந்து நெடுநேரம் பேசிவிட்டுச்சென்றார். ஹண்டரில் நடந்த குளறுபடிகளுக்கு மன்னிப்பு கோரினார். அது எங்கும் நிகழ்வதே என்று நான் சொன்னேன். சத்பாலின் கட்டுப்பாட்டில் உள்ள வனப்பருதியின் அளவு கேரளத்தைவிட அதிகம். மக்கள்தொகை சில ஆயிரங்கள். ஊழியர்கள் சிலநூறுபேர்தான். ஆனால் வனக்கொள்ளை எல்லாம் கிடையாது. காரணம் பெரும்பாலும் வனமே இல்லை. சமீபகாலமாக சில தனியார் ஆங்காங்கே நட்டு உருவாக்கும் மரங்கள் மட்டும்தான்.

அன்றும் மறுநாளும் அங்குள்ள பலரிடம் லடாக் மற்றும் காஷ்மீரி அரசியல்பற்றிப் பேசினோம். காஷ்மீரி அரசியல் என்பது முழுக்க முழுக்க சர்வதேச அரசியலையும், இந்தியா பாகிஸ்தானின் அரசியல் சமநிலைகளையும் சார்ந்த ஒரு அதிகாரச்சதுரங்கம் மட்டுமே என்பதிலும் அதில் எவ்வகையிலும் மக்கள்நலன் சம்பந்தப்பட்டிருக்க வில்லை என்பதையும் பௌத்தர்களும் முஸ்லிம்களும் மீண்டும் மீண்டும் சொன்னார்கள். மக்கள் விரும்பினாலும் விரும்பாவிட்டாலும் அதிகார சக்திகள் காஷ்மீர் பிரச்சினையை உயிருடன் வைத்திருக்கவே செய்யும் என்பதே உண்மை.

காஷ்மீர் அரசியலில் முதல்குளறுபடி இந்திய அரசால், குறிப்பாக நேருவால் செய்யப்பட்டது என்பதில் பெரும்பாலும் ஒத்த கருத்து இருந்தது. காஷ்மீருக்குச் சிறப்புத்தகுதி கொடுத்து அதை ஒரு விவாதத்துக்குரிய அரசியல்பகுதியாக ஆக்கியதில் அது தொடங்கு கிறது. காஷ்மீரின் பெருந்தலைவராக இருந்த ஷேக் அப்துல்லாவை தாஜா செய்ய அளிக்கப்பட்ட சலுகை அது.

காஷ்மீர உயர்குடியில் பிறந்த ஷேக் அப்துல்லா காஷ்மீரை ஒரு மன்னரைப்போல ஆட்சி செய்தார். எதிர்க்க ஆளில்லாமல் தேர்தல்களில் வென்றார். இந்தியாவின் எல்லாப்பகுதிகளிலும் ஆரம்ப கட்டத்தில் அவ்வாறு உயர்குடியினரே அதிகாரத்தை அடைந்தனர். சுதந்திரம் கிடைத்த மிகச்சில வருடங்களில் எல்லா இடங்களிலும் அவர்களின் அதிகாரம் சாமானியர்களால் வீழ்த்தப்பட்டது. அப்படி ஜனநாயகம் தனக்கு எதிராகத் திரும்பியபோது அவர் தனிக்காஷ்மீர் என்ற குறுக்குக்கோரிக்கையை கையில் எடுத்தார். அதை இந்திய அரசு ஜனநாயகரீதியாக கையாண்டிருக்கவேண்டும். மாறாக அவரைச் சிறையிலடைத்தது. காஷ்மீரில் ஜனாதிபதி ஆட்சியைக் கொண்டு வந்தது.

ஜனாதிபதி ஆட்சி என்பது அதிகாரிகளின் ஆட்சி. எந்நிலையிலும் அது மக்களுக்கு கசப்பூட்டக்கூடியதாகவே இருக்கும். மேலும் அந்த அதிருப்தி நேரடியாக மத்திய அரசு மீது திரும்பவும் செய்யும். தொடர்ந்து மத்திய அரசு காஷ்மீரில் உண்மையான ஜனநாயக அரசு அமையாமல் அரசியல் விளையாட்டை ஆடியது. அது அந்த அரசு மீது மக்கள் கடும் அதிருப்தி கொள்ள வழிவகுத்தது.

1978ல் ஆப்கானிஸ்தானை ருஷ்யா போலி மார்க்ஸியப்புரட்சி வழியாகக் கைப்பற்றியது. அதை எதிர்த்து அங்குள்ள மதவாதிகளைத் தூண்டி விட்டு உள்நாட்டுப் போராட்டத்தை உருவாக்கியது அமெரிக்கா. இச்செயல் மத்திய ஆசியா முழுக்க ஆயுதமேந்திய இஸ்லாமிய தீவிரவாதம் உருவாகி வலுப்பெற அமெரிக்காவின் உளவமைப்பான சி.ஐ.ஏ அடித்தளமிட்டது. இந்தத் தீவிரவாதத்தின் பயிற்சிக்களமாக அமெரிக்காவின் நிதியுதவியில் வாழும் பாகிஸ்தானை அமெரிக்கா பயன்படுத்திக்கொண்டது.

ஆப்கானிஸ்தானின் அண்டைநாடான பாகிஸ்தான் வழியாக ஆப்கானிய ருஷ்ய ஆதரவு அரசு மீது ஓர் மறைமுகப் போரை நடத்தியது அமெரிக்கா. அமெரிக்காவின் அந்தப் போரை அமெரிக்காவுக்காக இஸ்லாமிய அடிப்படைவாதிகள் நடத்தினர். அது மதப்போர் என்று அவர்களால் அறிவிக்கப்பட்டது. நவீன உலகத்தில் இவ்வாறாக இஸ்லாமிய மதப்போர் அறிமுகம் செய்யப்பட்டது.

அதற்கு முன்னர் ஈரானிலும் ஈராக்கிலுமெல்லாம் மதம் அரசியல் மாற்றத்துக்கான கருவியாக பயன்படுத்தப்பட்டுள்ளது. நவீன உலகில் மதப்போர் என்ற கருதுகோளின் பிதா என்று ஈரானிய அதிபர் அயத்துல்லா கோமெனியையத்தான் சொல்லமுடியும். ஆனால் அவை யெல்லாம் ஒரு நாட்டுக்குள் நிகழும் அரசியல்கிளர்ச்சிகளாகவே இருந்தன. ஒருவகையில் அவையெல்லாம் மக்களியக்கங்கள்தான். மக்களை இணைக்கும் விசையாக மதம் இருந்தது, அவ்வளவுதான்.

ஆப்கானியப் போர்தான் உலகளாவிய இஸ்லாமியப் புனிதப்போர் என்ற கருத்து உருவாகி வலுப்பெற்ற களம். மக்களியக்கமாக அல்லாமல், சொல்லப்போனால் மக்களுக்குச் சம்பந்தமே இல்லாமல், தலைமறைவுப்போராளிகளால் நிகழ்த்தப்பட்ட போர் அது. சரியாகச் சொல்லப்போனால் இன்றைய உலகளாவிய இஸ்லாமியத் தீவிரவாதத்தின் அமைப்பும் கொள்கைகளும் வழிமுறைகளும் உருவாகி வந்தது அதனூடாகவே. மக்கள் அதன் பிணைக்கைதிகள் மட்டும்தான்.

பாகிஸ்தானின் பல்லாயிரம் மதரசாக்கள் மதவாதிகளுக்கு விடப்பட்டன. கடுமையான மதவெறியைப் பிரசாரம் செய்து போருக்கு ஆப்கானியப்போருக்கு ஆள்சேர்க்கும் மையங்களாக அவை மாறின. அவற்றிலிருந்து தாலிபான் உருவாகி வந்தது. தாலிபானின் நூற்றுக் கணக்கான குழந்தைகளில் சில என்று லஷ்கர் இ தொய்பாவையும், அல் குவைதாவையும், ஜெய்ஷ் இ மொகமதுவையும் சொல்லமுடியும். இந்தியாவில் தடைசெய்யப்பட்ட சிமியும், அல் உம்மாவும் அதன் நீட்சிகளே. அந்த நாற்றங்காலில் விளைந்தவைதான் முஸ்லிம் முன்னேற்றக்கழகமும் தெளஹீத் ஜமாஅத்தும் எல்லாம்.

இந்த இஸ்லாமிய எழுச்சியின் விளைவாகவே காஷ்மீர்பிரச்சினை எண்பதுகளின் தொடக்கத்தில் வேகம்பிடித்தது. இஸ்லாமிய அடிப்படைவாதம் காஷ்மீருக்கு வேகமாக வந்து சேர்ந்தது. அங்கே இருந்த பரவலான அரசியல் கசப்புடன் அது இணைந்துகொண்டது. காஷ்மீரெங்கும் சுன்னி மதவழிபாட்டிடங்களில் உக்கிரமாக மத வெறுப்பும் இஸ்லாமியத் தேசியத்துக்கான கோஷங்களும் கற்பிக்கப் பட்டன. மத்திய அரசு உண்மையான ஜனநாயக வழிமுறைகள் வழியாக அதை எதிர்கொள்ளாமல் முழுக்கமுழுக்க ராணுவரீதியாகவே அதைக் கையாண்டது. விளைவாக அடிப்படைவாதம் வளர்ச்சியடைந்தது.

பலபடிகளாக இன்றுவரை நீண்டுவந்திருக்கும் காஷ்மீரப்பிரிவினை இயக்கத்தின் பின்னணியில் எப்போதும் பாகிஸ்தான் இருந்துவருகிறது. பாகிஸ்தானுக்கு காஷ்மீர் ஒரு பெரிய சமாளிப்புக்கருவி. பாகிஸ்தானிய அரசு அமெரிக்காவின் அடியாள்போலச் செயல்படுவதை உலகறியும்.

இஸ்லாமிய அடிப்படைவாதிகளுக்கெல்லாம் அமெரிக்கா இஸ்லாமிய நாடுகள் மீது கடுமையான ராணுவ ஆதிக்கம் செலுத்திவருவதும், எண்ணெய்வளங்கள் மீது முழுக் கட்டுப்பாட்டை வைத்திருப்பதும் அரைநூற்றாண்டுகளுக்கும் மேலாகத் தெரியும்.

இஸ்ரேலை அரேபியாவுக்கு எதிரான அடியாட்களாக அமெரிக்கா கையாண்டு வருகிறது. 1947 முதல் இஸ்ரேலுக்கு எதிராக அரேபிய நாடுகள் போராடி வருகின்றன. 1973ல் அரபுநாடுகள் ஒருங்கிணைந்து இஸ்ரேல்மீது நடத்திய போரில் அமெரிக்கா ஆதரவுடன் இஸ்ரேல் வென்றது. அந்தக்கசப்பு இஸ்லாமிய உலகமெங்கும் இருந்தது.

அத்துடன் செளதி அரேபியாவில் மன்னராட்சியை பொம்மையாக வைத்து அதன் எண்ணெய்வளத்தை சுரண்டிவந்தது அமெரிக்கா. அதற்கு எதிராக அறுபதுகள் முதல் நடந்துவந்த இஸ்லாமிய அடிப்படை வாதிகளின் எல்லா போர்களும் தோற்கடிக்கப்பட்டன. எண்ணெய் வளத்தை தங்கள் கைக்குள் கொண்டுவர எண்ணெய்வளநாடுகளின் கூட்டமைப்புகள் நடத்திய எல்லா முயற்சிகளும் அமெரிக்காவால் முறியடிக்கப்பட்டன. எழுபதுகளின் செய்தித்தாள்களை வாசித்த நினைவுள்ள எவருக்கும் இந்தச் சித்திரம் தெளிவாகி வரக்கூடும்.

ஆகவே இஸ்லாமிய அடிப்படைவாதம் அதன் மைய எதிரியாகக் கண்டது அமெரிக்காவையே. ருஷ்யா தற்காலிக எதிரிதான். இந்நிலையில் அமெரிக்காவின் கைப்பாவையாக இருந்த பாகிஸ்தானிய அரசும், ராணுவமும், உளவுத்துறையும் பாகிஸ்தானின் இஸ்லாமிய அடிப்படைவாதிகளின் அதிருப்தியைச் சமாளிக்கும் திசைதிருப்பும் கருவியாக காஷ்மீரைக் கையில் எடுத்தனர். காஷ்மீரை 'இந்து' இந்தியாவில் இருந்து விடுவிப்பது பாகிஸ்தானில் உள்ள இஸ்லாமிய அடிப்படைவாதிகளின் புனிதப்போராக மாற்றப்பட்டது. பாகிஸ்தானிய உளவுத்துறை அவர்களுக்கு நிதியும் பயிற்சியும் ஆயுதங்களும் அளித்தது. திட்டங்கள் போட்டு உதவியது.

காஷ்மீரின் ஆயுதமேந்திய கிளர்ச்சியின் சர்வதேசப்பின்புலம் இதுவே. இந்தக்கிளர்ச்சியில் எப்போதும் முன்னிலையில் நின்று போராடிய வர்கள் எல்லைகடந்து இந்தியாவுக்குள் நுழைந்த பாகிஸ்தானிய தீவிரவாதிகள்தான். வெவ்வேறு காலகட்டங்களில் பாகிஸ்தான் நேரடியாக அமெரிக்காவுக்கு ஆதரவுகொடுத்தாகவேண்டிய கட்டாயம் நேரும்போதெல்லாம் மறுவிசையாக காஷ்மீரில் தீவிரவாதத் தாக்குதல் அதிகரித்திருப்பதை வரலாற்றைத் திரும்பப்பார்த்தால் எவரும் காணலாம்.

தீவிரவாதம் எப்போதுமே அரசின் இயல்பை மாற்றியமைக்கிறது. சிவில்அரசு பின்னகர்ந்து ராணுவஅரசு முன்னால் வருகிறது. அடக்குமுறைகளும் கெடுபிடிகளும் அதிகரிக்கின்றன. குடிமைச்

சட்டங்கள் ரத்தாகின்றன. இதற்கு விதிவிலக்காக உள்ள அரசு என ஏதும் இன்று உலகில் இல்லை. ஏதேனும் வடிவில் எப்போதேனும் தீவிரவாதத்துக்கு இடம்கொடுக்கும் மக்கள் அரசின் ராணுவமுகத்தை எதிர்கொண்டே ஆகவேண்டுமென்பது உலகமெங்கும் உள்ள விதி.

இவ்வியல்பை எப்போதும் தீவிரவாதிகள் பயன்படுத்திக்கொள் கிறார்கள். அவர்கள் அரசை நோக்கி தாக்குதல் தொடுத்துவிட்டுப் பதுங்கிக்கொள்கிறார்கள். அரசு ராணுவமயமாகிறது. அது அடக்கு முறையை வெளியே எடுக்கிறது. அந்த அடக்குமுறை மக்களில் கோபத்தை உருவாக்குகிறது. அக்கோபத்தை தீவிரவாதிகள் மேலும் தூண்டிவிடுகிறார்கள். அதை தங்களுக்குச் சாதகமாகப் பயன்படுத்திக் கொள்கிறார்கள்.

கூலி இதழாளர்களும் கூலி அறிவுஜீவிகளும் மனிதாபிமானம், அமைப்புக்கு எதிரான மனநிலை என்னும் போர்வைகளில் அரசுக்கு எதிரான கசப்புகளை வளர்த்து மக்களை தீவிரவாதம் நோக்கி மேலும் மேலும் தள்ளுகிறார்கள். பிரச்சினைகளின் நுட்பமான ஊடுபாவுகளை மறைக்கிறார்கள். அதிகார உள்ளீடுகளை மழுப்புகிறார்கள். மட்டை யடியாக எழுதி உணர்ச்சிகளை கிளப்புகிறார்கள். அவையெல்லாமே தீவிரவாதத்துக்குச் சாதகமானவை. காஷ்மீரில் நடந்தது இதுதான். உலகமெங்கும் நிகழ்வதும் இதுதான்.

ஆனால் ஒருகட்டத்தில் தீவிரவாதம் மக்களுக்குச் சலிக்கிறது. அது வாழ்க்கையை அழிக்கிறது என்ற பிரக்ஞை எழுகிறது. ஆனால் அப்போது மிகத்தாமதமாகியிருக்கும். தீவிரவாதிகளை மக்கள் தடுக்கவோ கட்டுப்படுத்தவோ முடியாது. அதிகார ஆட்டம் மக்களுக்கு அப்பால் வெகு உயரத்தில் தேசங்களும் ராஜதந்திரிகளும் சர்வதேச வணிகசக்திகளும் சேர்ந்து ஆடும் சதுரங்கமாக ஆகிவிட்டிருக்கும். ஒருபக்கம் தீவிரவாதம். மறுபக்கம் அரசு. அரசமைப்பு தீவிரவாதத்தால் ஊழல்மிக்கதாக மாறிவிடுவதும் உலகில் எங்கும் நிகழ்வதே. தணிக்கைசெய்யப்படாத செலவினங்களே காரணம். ஊடே புகுந்து ஆயுதவணிகர்களும் சர்வதேச நிதியங்களும் லாபம் பார்க்கின்றன. கடைசியில் மக்கள் இழப்பை மட்டுமே அடையமுடியும்.

காஷ்மீர் பிரச்சினையின் திருப்புமுனை அமெரிக்கா அது உருவாக்கிய இஸ்லாமியத் தீவிரவாதத்திற்கு எதிராகத் திரும்பியதுதான். 2000த்தில் அமெரிக்கா தாலிபானால் தாக்கப்பட்டபின் அமெரிக்கா ஆப்கானிய தீவிரவாத அரசுக்கு எதிராக போர் தொடுத்தது. அவர்கள் வளர்த்த பூதத்தை அவர்களே அழிக்க முயன்றனர். அதில் பாகிஸ்தான் அமெரிக்க அடியாளாகச் செயல்பட நிர்ப்பந்திக்கப்பட்டது. பாகிஸ்தானில் உள்ள தீவிரவாத நாற்றங்கால்கள் அமெரிக்காவால் வெட்டி அழிக்கப்பட்டன.

அதன் விளைவாக மெல்லமெல்ல காஷ்மீர் பிரச்சினை தணிய ஆரம்பித்தது.

பாகிஸ்தானின் அரசு அது அமெரிக்காவுக்கு அளித்த ஆதரவின் விளைவாக உள்நாட்டில் உருவான எதிர்ப்பை திசை திருப்ப தொடர்ந்து காஷ்மீரில் தாக்குதல்களை நிகழ்த்தினாலும் சென்ற பத்தாண்டுகளில் காஷ்மீர் பிரச்சினை அடங்கிவிட்டிருப்பதை அரசியலறிந்தவர்கள் உணரமுடியும். மக்கள் ஐந்தாண்டுகளுக்கு முன்னரே அமைதிக்குத் திரும்பிவிட்டனர். பிளவுபட்டு, மக்களாதரவை இழந்து விட்ட காஷ்மீரிப்பிரிவினை இயக்கங்கள் அவ்வப்போது ஸ்ரீநகரில் உருவாக்கும் சிறு கலவரங்கள், எல்லைதாண்டிய ஒருசில தீவிரவாதிகள் மீதான ராணுவத்தாக்குதல்கள் மட்டுமே அங்கே இன்று நிகழ்கின்றன. காஷ்மீர் இயல்புநிலைக்கு திரும்பியதை கண்கூடாகவே கண்டோம்.

ஆச்சரியமென்னவென்றால் அங்கே நாங்கள் பேசிய இருவர் தமிழகத்திலும் கேரளத்திலும் காஷ்மீரைவிட அதிகமாக இஸ்லாமியத் தீவிரவாதம் இருப்பதாகச் செய்திகளில் வாசித்ததைச் சொன்னார்கள். தமிழகத்தில் அமெரிக்கத் தூதரகமே தாக்கப்பட்டதல்லவா என்றார் ஒருவர். கேரளத்தில் தீவிரவாதப் பயிற்சிமுகாம்களே பிடிபட்டிருக் கின்றன என்றார். 'அந்த அளவுக்கு இங்கே இல்லை என்று நினைத்துக் கொண்டிருக்கிறோம்' என்றார். உண்மைதான். இன்றும்கூட காஷ்மீரில் புர்க்காபோடாத பெண் மீது ஆசிட் வீசப்பட்டது என்ற ஒரு செய்தி பதிவாகவில்லை.

எங்கள் திட்டப்படி ஒருநாள் முழுக்க லே நகரைச் சுற்றி உள்ள இடங்களை பார்க்கவேண்டும். ஆனால் சாலையின் நிலைமை எங்களால் ஊகிக்கமுடியாததாக இருந்தமையால் சன்ஸ்கரிலேயே ஒருநாள் போய்விட்டது. ஒரு இடத்தைக் கழிக்கவேண்டும். அதிகமாகச் சுற்றுலாப்பயணிகள் வரும் லே நகரை விட்டுவிடலாமென முடிவுசெய்தோம். அங்குள்ள முக்கியமான இடங்களை மட்டும் பார்ப்பது என்று திட்டமிட்டுக் கொண்டோம்.

மறுநாள் அதிகாலையிலேயே ஓட்டுநர் வந்துவிட்டார். நேராக பாங்கோங் (Pangong Tso) ஏரிக்குக் கிளம்பினோம். பாங்கோங் ஸோ என அழைக்கப்படும் இந்த ஏரியை இந்தியாவின் மலையுச்சி ஏரிகளில் மானசரோவருக்கு அடுத்தபடியானது எனலாம். குட்டிமானசரோவர் என்றே இதை சொல்கிறார்கள். 14,270 அடி உயரத்தில் உள்ள இந்த ஏரி 134 கிலோமீட்டர் நீளமுள்ளது. இதன் பாதிக்குமேல் திபெத்தில், சீனாவின் கட்டுப்பாட்டில் உள்ளது. எஞ்சியபகுதி இந்தியாவில் இருக்கிறது. முழுக்கமுழுக்க பனி உருகி மலைகளிலிருந்து வழிந்து உருவான இந்த ஏரியின் நீர் இதிலிருந்து வெளியே செல்வதேயில்லை.

சங் லா கணவாய் செல்லும் வழி...

இந்த ஏரியின் கரையில் இதை ஆண்ட திபெத்திய அரசால் கட்டப்பட்ட குர்நாக் கோட்டை இருக்கிறது. 1952 ல் சீனர்கள் அதைக் கைப்பற்றிக் கொண்டு தங்கள் எல்லையாகக் கொண்டிருக்கிறார்கள். இந்த ஏரியை ஒட்டுமொத்தமாக தங்கள் ஆட்சிக்குள் கொண்டுவர சீனா கொஞ்சம் கொஞ்சமாக முயன்றுவருகிறது. மிகச் சமீபகாலமாகவே இங்கே சுற்றுலா அனுமதிக்கப்பட்டுள்ளது.

நாங்கள் மலையேறி சங் லா கணவாய் என்ற இடத்தை அடைந்தோம். 17,590 அடி உயரத்தில் உள்ள இந்தச் சாலை உலகின் மூன்றாவது உயரமான வண்டிச்சாலை என குறிப்பிடப்படுகிறது. சங் என்றால் தெற்கு என்று பொருள். இந்த கணவாய்க்கு அப்புறமுள்ள பகுதி சங்டாங் என்றும் அங்குள்ள மக்கள் சங்க்பா என்றும் அழைக்கப்

படுகிறார்கள். இங்கும் இந்திய ராணுவத்தின் ஒரு இலவச டீ வினியோக மையம் உள்ளது. மோட்டார்சைக்கிள்காரர்கள் இந்த இடம் வரை வந்து படம் எடுத்துக் கொள்வதைக் கண்டேன். சில வெள்ளையர் சைக்கிளிலேயே அந்த உயரம் வரை வந்திருந்தார்கள்.

மதியம் பாங்கோங் ஏரிக்கரைக்குச் சென்றோம். தொலைவிலிருந்து பார்த்தபோதே ஏரியின் அபாரமான நீலம் பிரமிக்கச்செய்தது. தென்கிழக்குப்பகுதியில் சில அபூர்வமான கடல்களுக்கு அந்த நீலம்

பாங்கோங் ஏரி நீரில்...

உண்டு. உள்நாட்டில் அமெரிக்காவின் பிரபலமான கிரேட்டர் ஏரியில் அந்த நீலத்தைக் கண்டிருக்கிறேன். மணிநீலம் என்று சொல்லலாம். நெருங்க நெருங்க அந்த நீலம் எங்களை முழுமையாகவே ஆட்கொண்டது.

ஏரிக்கரையில் கூடாரங்கள் அமைத்து தற்காலிகமான உணவகங்களும் ஓய்வுச்சாலைகளும் அமைத்திருந்தனர். நாங்கள் சென்ற மற்ற இடங்களுடன் ஒப்பிடுகையில் அதிகமான சுற்றுலாப்பயணிகளையும் மோட்டார்சைக்கிள்காரர்களையும் அங்கே காணமுடிந்தது. சாலை ஒப்புநோக்க நல்ல நிலையில் இருப்பது காரணமாக இருக்கலாம். ஆனால் த்ரீஇடியயட்ஸ் என்ற படம் அங்கே எடுக்கப்பட்டமைதான் அதிகமாக சுற்றுலாப்பயணிகள் வருவதற்கான காரணம் என பிறகு தெரிந்தது.

ஏரிக்கரையில் உணவகத்தில் அமர்ந்து திபெத்திய சோளரொட்டிக்கு சொன்னோம். அதைச் சாப்பிட்டபடி ஏரியையே பார்த்துக்கொண்டிருந் தோம். அது ஒரு ஏரி என்று நம்பமுடியவில்லை. விளிம்பில் மெல்லிய அலைகள் அடித்தன. கடலின் ஒரு உள்நிலவளைவு என்றே தோன்றிக் கொண்டிருந்தது. மலையுச்சிக்கடல்!

பாங்கோங் ஏரியை விதவிதமான நீலங்களினால் ஆன ஒரு பெரும் பரப்பு என்று சொல்லலாம். வான்நீலம், குவளைமலர்நீலம், துத்தநாகநீலம் எனச் சென்று மெல்லிய ஊமத்தையின் ஊதாநீலம் வரை வண்ணங்கள். நீரின் ஆழம், ஒளிவிழும் கோணம், மலைநிழல்கள் ஆகியவை இணைந்து உருவாக்கிய இயற்கையின் வண்ணநிகழ்வு. இமயத்தின்

| 102 |

அழகிய விழி என்று நினைத்துக்கொண்டேன். சொற்களால் அள்ள முயன்று பின் சொல்லிழந்து வெறுமே பார்த்துக்கொண்டிருந்தேன்.

உணவுக்குப்பின் ஏரியின் கரை வழியாக முடிந்தவரை உள்ளே சென்று பார்க்கலாமா என்ற எண்ணம் ஏற்பட்டது. அது எவரும் செய்யக்கூடியது அல்ல என்றாலும் அதிகாரியின் தொடர்பு இருப்பதனால் கிளம்பினோம். ஏரிவிளிம்புவழியாகவே சென்றோம். ஓரிடத்தில் ஏரியின் கூழாங்கல்பரப்பில் இறங்கி உள்ளே சில கிலோமீட்டர் சென்று நீரின் விளிம்பில் நின்றோம்.

கடற்கரையில் நிற்பதுபோலத்தான் இருந்தது. உப்பு நீர். மிகமிகமிகத் துல்லியமானது. அடித்தளம் கண்ணாடிப்பரப்பாகத் தெரிந்தது. பாங்கோங் ஏரியில் மீன்கள் இல்லை. எந்தவிதமான கடற்தாவரங்களும் இல்லை. முற்றிலும் உயிரற்ற நீர்வெளி. வருடத்தில் எட்டுமாதம் வரை பனிப்பரப்பு. 1962 சீனப்போரின்போது அதன்வழியாக சீன டாங்குகள் ஏறிவந்ததாகச் சொல்லப்படுகிறது. ஆனால் நீர்ப்பரப்பு மீது சில பறவைகளைக் காணமுடிந்தது. நீர்விளிம்பில் வாழும் சில சிற்றுயிர்களை அவை உண்ணுகின்றன. பறவைகள் மிகக்குறைவுதான்.

நீரில் இறங்கி நின்றோம். குளிரில் கால் விரைத்து சுரணையை இழந்தது போலிருந்தது. எனக்கு தொடைப்பக்கம் நரம்புகள் உளைச்சலெடுக்க ஆரம்பித்தன. தேவதேவன் அந்த நீரிலும் துழாவி கூழாங்கற்களைப் பொறுக்கிக் கொண்டிருந்தார். கரையில் நன்றாக வெயிலடித்தாலும் ஏரியிலிருந்து வந்த காற்று சில்லென்றிருந்தது.

ஒருமணிநேரம் ஏரிக்கரையில் நின்றிருந்தோம். சுற்றுலாப்பயணிகள் இல்லாத தனித்த இடம் என்பது நிறைவை அளித்தது. பின்னர் கிளம்பி ஏரிக்குமேலே சென்ற மண்சாலையில் சுற்றி வந்தோம். காபிப் பொடிக்குவியலில் ஒரு வண்டு ஊர்வதுபோல குமுகுமுத்துக்கிடந்த மண்ணில் சென்றது எங்கள் வண்டி. சருமத்தில் மின்னும் வடுபோல வளைந்த சாலை.

பாங்கோங் ஏரியை விட்டுச் சென்றபோது ஒரு சிறு ஏமாற்றமும் இருந்தது. அவ்வளவு பயணிகள் அங்கிருந்திருக்காவிட்டால் அங்கே இன்னும் ஓர் அந்தரங்கத்தன்மை கைகூடியிருக்கும். அங்கே இரவு தங்கியிருக்கலாம். சுற்றுலா இடங்களில் புனிதமான ஏதோ ஒன்று அழிக்கப்பட்டுவிடுகிறது. அங்கே இரவு தங்கினால் நெருப்புவிருந்தும் நடனமும் உண்டு என்று எழுதப்பட்டிருந்தை வாசித்தபோது விலகிச் செல்லவே தோன்றியது. பாங்கோங் ஏரிக்கு மீண்டும் வந்தால் ஒரு மனிதர் கூட அங்கே வராத கடும்குளிர்காலத்தில்தான் வருவேன் என எண்ணிக்கொண்டேன்.

10

லே நகரிலிருந்து மணாலி வரை காரிலேயே வந்து அங்கிருந்து பேருந்து வழியாக டெல்லி வந்து டெல்லியில் இருந்து ஊர்திரும்புவது திட்டம். ஆனால் செலவினங்களை கணக்குப்போட்டுப் பார்த்தபோது அதைவிட காரிலேயே டெல்லிவரை செல்வதுதான் லாபம் என்று தெரிந்தது. லேயில் இருந்து மேலும் சில இடங்களுக்குச் செல்லும் திட்டமும் இருந்தது.

பொதுவாக இந்தப்பயணத்தில் ஊரில் இருந்துகொண்டு கிலோமீட்டர் கணக்குகளைக்கொண்டு போடப்பட்ட திட்டங்கள் எல்லாமே தவறின. சராசரியாக ஒருமணிநேரத்திற்கு இருபது கிலோமீட்டர்தான் இப்பகுதியில் பயணம் செய்யமுடியும். சன்ஸ்கர் சமவெளியில் பத்து கி.மீ. பயணம்செய்தால் அதிகம். நாளில் பெரும்பகுதி காரிலேயே கழிந்தது. ஆனால் வெளியே கனவுவெளியென வந்துகொண்டிருந்த இமயம் அதை மறக்கச்செய்தது.

அதிகாலையிலேயே கிளம்பிவிட்டோம். முதலில் லே நகரின் வெளியே இருந்த இரு முக்கியமான இடங்களைப் பார்த்தோம். பழைய அரச இருப்பிடமான ஷே (Shey) ஒரு குன்றுதான். அதன்மீது முழுக்க பழங்கால இடிந்த கட்டடங்கள். குன்றின் அதே மண் நிறத்தில் கட்டப் பட்டவை. தொலைவிலிருந்து பார்த்தால் கட்டடங்களைக் காண முடியாது. மண்குன்றின் மணல்வடிவங்களாகவே தெரியும். நெருங்க நெருங்க அவை கட்டடங்களாக உருப்பெற்று வரும்.

ஐந்நூறுவருடங்களுக்கு முன்பு லடாக்கின் மன்னராக இருந்த லாஜென் (Lhachen Palgyigon) கட்டிய அரண்மனை இது. அதன்பின் முந்நூறாண்டுக்காலம் அரசாட்சி நிகழ்ந்த இடமாக இது இருந்திருக்கிறது. ஏதோ பாலைவன இடிபாடு போல இந்தக் குன்று

ஷே நகரின் சாலையோரமாக மைத்ரேயபுத்தரின் செதுக்குவடிவம்

பிரமை கூட்டுகிறது. இடிந்த சுவர்கள். நூற்றுக்கணக்கான சிறிய தூபிகள்.

இங்கே ஒரு மடாலயம் உள்ளது. மேலே சென்று அதைப் பார்க்கலா மென்றால் இரு சிக்கல்கள். ஒன்று, மடாலயம் காலை ஒன்பதுக்குதான் திறக்கும். இரண்டு, எங்கள் வண்டியை கண்டால் உள்ளூர் டாக்ஸிக் காரர்கள் சண்டைக்கு வருவார்கள். லடாக்கின் டாக்ஸிகள் மட்டுமே உள்ளூர் சுற்றுலாவுக்கு அனுமதிக்கப்படும் என்பது அவர்களே வைத்துக்கொண்ட விதி.

ஷே நகரின் வெளிப்பகுதியில் சாலையோரமாக பல பாறைச்செதுக்கு களைக் கண்டோம். மைத்ரேயபுத்தரின் செதுக்குவடிவம். திபெத்திய மொழியில் எழுதப்பட்ட கல்வெட்டுகள். இவை எல்லாமே பதினைந்தாம் நூற்றாண்டைச் சேர்ந்தவை.

திபெத்திய முறையில் கோட்டுச்சித்திரமாகச் செதுக்கப்பட்ட மைத்ரேயபுத்தர். யானைகள். குதிரைகள். மயில்கள் போன்ற பறவைகள். இந்த வழியில் இச்சிலை ஏன் உள்ளது என்று தெரிய வில்லை. பழங்காலத்தில் இந்தப்பாறைகளின் அடியிலேயே வழிபாடு களைச் செய்வார்கள்போல.

உண்மையில் ஷே நகரம் மட்டும் ஒரு முழுநாளும் தங்கி பார்க்கப்பட வேண்டியது. லடாக்கின் வரலாற்றை முழுமையாக புரிந்துகொண்டு ஆராய்ந்து அறியப்படவேண்டிய பல இடங்கள் இங்குண்டு. லே

நகருக்கு மட்டுமாக குடும்பத்துடன் இன்னொரு பயணம் வரவேண்டு மென நினைத்துக்கொண்டேன்.

லே நகரின் ஐந்து மடாலயங்கள் முக்கியமானவை. ஹெமிஸ், திக்ஸே இரண்டும் அவற்றில் பெரியவை. இரண்டையும் பார்க்கவேண்டுமென நினைத்திருந்தாலும் இரண்டில் ஒன்றை மட்டும் தேர்வுசெய்யுமளவு காலநெருக்கடி. ஆகவே திக்ஸே மடாலயத்தை மட்டும் பார்ப்பதாக முடிவெடுத்தோம். திக்ஸே நாங்கள் செல்லும் வழியில் சாலை யோரமாக இருந்தது.

திக்ஸே மடாலயம் லே நகரிலிருந்து 17 கி.மீ. தொலைவில் உள்ளது. அறுநூறு வருடம் பழையது. லே நகரின் இரண்டாவது பெரிய மடாலயம் இதுவே. கெலுக்பா பௌத்த மரபைச் சேர்ந்த இந்த மடாலயம் பால்டன் ஷெரப் என்ற ஆட்சியாளரால் அமைக்கப்பட்டது.

மடாலயத்தின் சாலையோரமாக வண்டியை நிறுத்திவிட்டு ஏறிச் சென்றோம். ஒரு முழுக்குன்றையும் நிறைத்துக் கட்டப்பட்டிருந்தது இந்த மடாலயம். கீழே குன்றின் அடிவாரம் முதல் உச்சி வரை தொடர்ச்சியாக மடாலயத்தின் கட்டட வரிசை. பன்னிரண்டு அடுக்குகள். அவை ஒரே கட்டடம்போல ஆகிவிட்டிருந்தன.

கீழிருந்து மூச்சுவாங்க மேலேறினோம். வளைந்து வளைந்து செல்லும் படிகளில் ஒவ்வொரு அடுக்கிலும் பலவகை கட்டடங்கள். அனைத்துமே உருளைக்கல் சுவர்கள் மீது சுள்ளிகளை அடுக்கிக் கட்டப் பட்டவை. மெல்லிய தூறலாக மழை இருந்தது. இத்தனை நாட்கள் தொடர்ந்து நடந்த பயிற்சி இல்லையேல் ஏறியிருக்கமுடியாது. இருபது நிமிடங்களில் மேலே சென்றுவிட்டோம்.

திக்ஸே மடாலயம்

பதினைந்து மீட்டர் உயரமுள்ள
மாபெரும் மைத்ரேயபுத்தரின் சிலை,
திக்ஸே மடாலயம்

திக்ஸே குன்றிலிருந்து கீழே விரிந்து கிடக்கும் சிந்து பள்ளத்தாக்கை பார்க்கமுடிந்தது. கண்ணெட்டிய தூரம் வரை நூற்றுக்கணக்கான சிறிய தூபிகள் தெரிந்தன. இங்குள்ள தூபிகள் களிமண்ணாலும் உருளைக்கற் களாலும் கட்டப்பட்டு வெள்ளைநிறம் பூசப்பட்டவை. மேலே சென்ற போது பிரார்த்தனை நிகழ்ந்து கொண்டிருந்தது. சில வெள்ளைப் பயணிகளும் அமர்ந்திருந்தனர்.

ஓரமாக இருந்த ஐந்து வயது பிட்சு எங்களைப்பார்த்து அதீதமாக வெட்கப்பட்டார். பெரிய காவி உடையை தோளில் பொருத்தி வைப்பதிலேயே அவரது முழு கவனமும் இருந்தது. பக்கத்தில் இருந்த எட்டு வயதான தெற்றுப்பல் பிட்சு சிரித்தார். ஆழ்ந்த அடித் தொண்டையில் மந்திர உச்சாடனமும் நீண்ட கனத்த குழலின் அதிர்வும் அகலமான முரசின் விம்மலும் இணைந்துகொண்ட அந்தப் பிரார்த்தனை காலையில் ஒரு பரிசுத்தமான மன எழுச்சியை உருவாக்கியது.

திக்ஸே மடாலயத்தில் பத்து கோயில்கள் உள்ளன. இவற்றில் முக்கிய மானது பதினைந்து மீட்டர் உயரமுள்ள மாபெரும் மைத்ரேயபுத்தரின் சிலை. 1980 ல் இன்றைய தலைமை லாமாவின் கண்காணிப்பில் அமைக்கப்பட்ட சிலை இது. களிமண்ணாலும் மரத்தாலும் செய்யப் பட்டு அரக்குபூசப்பட்டு பொன்னிறப்பூச்சு செய்யப்பட்ட அழகிய சிலை. நுட்பமான திபெத்தியபாணி செதுக்குவேலைகள் கொண்டது.

மைத்ரேயபுத்தர் எப்போதும் பொன்னொளியிலேயே தெரிகிறார். அரசகம்பீரம் கொண்ட முகம். தியானபாவனை இருக்கும்போதும்கூட அச்சிலை கம்பீரத்தையும் நிமிர்வையுமே நமக்கு உணர்த்துகிறது. மைத்ரேயரின் கிரீடத்தில் கூட விதவிதமான தேவர்கள் இருந்தனர்.

ஒரு பெரிய கட்டடத்தின் இரு அடுக்குகளிலாக இச்சிலை உள்ளது. கீழ் கட்டடத்தில் சப்பணமிட்டு அமர்ந்த கால்கள். அங்கே தூபமும் பூசைக்கூடமும் உள்ளது. பலவகையான வண்ண டோங்காக்கள் தொங்கும் தியான மண்டபம் அது.

மேலே உள்ள கட்டடத்தில் நேராகவே நாம் நுழையலாம். அங்கே மைத்ரேயரின் மார்புக்குமேல் உள்ள வடிவம் உள்ளது. அத்தனைபெரிய சிலையின் முகத்துக்கு அருகே சென்று நின்று பார்க்கமுடிவது ஒரு பெரிய அனுபவம். ஒரு பிட்சு காலையில் அப்பகுதியை கூட்டிப் பெருக்கி சுத்தம் செய்துகொண்டிருந்தார்.

இன்னொரு கோயிலில் காலபூதம் மையமாக கோயில் கொண்டிருக்கிறது. கன்னங்கரிய உருவம். கோரைப்பற்கள். உறுத்து விழிக்கும் கண்கள். கையில் வஜ்ராயுதம். பூதத்தின் ஏராளமான

கைகளும் கால்களும் அந்தப் பெரிய கருவறை முழுக்கப்பரவி
யிருந்தன. இருட்டே ஓர் அரக்க உருவம் கொண்டு வந்ததுபோன்ற
தோற்றம். அருகே காலபூதத்தின் சிறிய சிலைகள் பல இருந்தன.

இன்னொரு சன்னிதி தாராதேவிக்குரியது. வழக்கமாக தாராதேவிக்கு
தனி கருவறைகள் இருப்பதில்லை. பெரிய பீடத்தில் தாராதேவி தாமரை
மலர்களுடன் அமர்ந்திருந்தாள். பொன்னிறம் பொலியும் உடல்.
தாமரை மலரிதழ் தண்டில் ஓசிந்து அமர்ந்திருப்பதன் நளினம்.

அந்தக்கருவறையின் கீழே கண்ணாடி அறைகளுக்குள் நூற்றுக்
கணக்கான தாராதேவிச் சிலைகள். வெண்கலத்தையும் நீல, பச்சை
கற்களையும் கலந்து அமைக்கப்பட்டவை. தாராதேவியின் மணி
முடியில் சிவந்த அருங்கற்கள் ஒளிவிட்டன.

மீண்டும் நாங்கள் வந்தபோதும் மடாலயத்தில் பிரார்த்தனை
முடியவில்லை. குட்டிப்பிட்சு ஒரக்கண்ணால் பார்த்துச் சிரித்துவிட்டு
உரக்க மந்திரங்களை கூவினார். மடாலயத்தின் விதவிதமான
உப்பரிகைகளில் நின்று கீழே மெல்லிய மழை மூடியிருந்த
சிந்துவெளியைப் பார்த்தோம்.

கீழே இறங்கி காரிலேறிச் சென்று அருகே இருந்த சந்திப்பில் நிறுத்தி
காலையுணவு. பின்னர் மூர் சமவெளிக்கு (More plains) பயணமானோம்.
உண்மையில் அது ஒரு நல்ல திட்டமல்ல. மூர் சமவெளி நாற்பது கி.மீ.
தொலைவில் இருந்தது. சாலை அதிக சிரமமானது அல்ல. ஆனால்
அத்தனைதூரம் சென்றதற்கு ஹெமிஸ் (Hemis) மடாலயத்தை
நிதானமாகப் பார்த்திருக்கலாம்.

ஆனால் நாங்கள் லடாக்கின் வனமிருகங்கள் என எதையும் பார்த்திருக்க
வில்லை. காட்டு யாக்குகளைப் பார்த்தோம், ஆனால் யாக்குகள் அங்கே
வளர்ப்பு மிருகங்களும் கூட. மூர் சமவெளியில் காட்டுக்கழுதைகள்
உண்டு என்று நேஷனல் ஜியாக்ரஃபி சேனலில் கிருஷ்ணன்
பார்த்திருந்தார். மிக அரியவகை உயிரினங்கள் அவை. அநேகமாக
உலகில் எஞ்சியிருக்கும் மிகச்சில காட்டுக்கழுதைகள் அவைதான்.
அவற்றைப் பார்ப்பதற்காகவே மூர் சமவெளிக்குச் செல்ல
முடிவெடுத்தோம்.

சம்கேல் லுங்பா (Sumkhel Lungpa) ஆறு ஊடறுத்துச் செல்லும்
மூர்சமவெளி உண்மையில் ஒருவகை பனிப்பாலை. பனியில்லாத
போது வெறும்பாலை. எல்லா பக்கங்களிலும் செங்குத்தான மலைகள்.
அங்குள்ள மலைகள் எல்லாமே மென்மையான மணற்பாறைகள்.
காற்றும் பனியும் அரித்து அம்மலைகளை விபரீதமான சிற்ப வடிவங்
களாக ஆக்கியிருந்தன. நடுவே பெரும்பாலும் முழங்கால் உயரம்

மூர் சமவெளி - நாற்பது கிலோமீட்டர் தூர பெரும் சமநிலம்

மட்டுமே உள்ள ஒருவகை குத்துச்செடிகள் மட்டுமே மண்டிய சமநிலம் விழி விரியச்செய்யும்படி அகன்று கிடந்தது.

கிட்டத்தட்ட நாற்பது கிலோமீட்டர் தூரத்துக்கு இப்படியே அந்த பெரும் சமநிலம் செல்கிறது. கைவிடப்பட்ட மாபெரும் மைதானம் போல தெரிந்தது மூர் சமநிலம். சாலை நன்றாக இருந்தாலும் அடிக்கடி கரடுமுரடான உருளைக்கற்களால் மறிக்கப்பட்டது. இறங்கி அந்தச்செடிகளை தொட்டுப்பார்த்தோம். அவை உலர்ந்து காய்ந்து நிற்பவை போல் தெரிந்தன. அவற்றின் இயல்பே அப்படித்தான். பெரும் பாலைநிலங்களிலேயே அவ்வாறு நீரற்ற செடிகளைக் காணமுடியும்.

ஆப்ரிக்கப் பாலையில் செல்வதுபோன்ற அனுபவம். கார் சென்று கொண்டே இருந்தது. அவ்வாறு எவ்வளவு தொலைவுதான் சென்று கொண்டிருப்பது என்ற எண்ணம் எழுந்தது. ஸோ கார் (Tso Kar) என்ற ஏரி அருகே இருந்தது. அதனருகே துக்ஜீ (Thugje) என்ற ஒரு சிறு இடையர் கிராமம் உண்டு. அங்கே செல்லலாமென முடிவெடுத்தோம்.

ஸோ கார் ஓர் உப்புநீர் ஏரி. கோடையில் பெரும்பகுதி வற்றி பனி உருக ஆரம்பித்ததும் பெருகிவிடும். சமீபகாலம் வரை அங்கிருந்துதான் உப்பு எடுத்துக்கொண்டிருந்தனர். திபெத்திற்கு அங்கிருந்து உப்பு சென்று கொண்டிருந்தது. அருகே உள்ள மலைகளில் இருந்து கரைந்து வந்துசேரும் உப்பு அது.

ஸோ கார் பகுதியில் குளிர்காலத்தில் மைனஸ் இருபது டிகிரி வரை குளிர் இருக்கும். கோடையில் முப்பது டிகிரி வரை சூடு. இங்கே மழையும் ஒப்புநோக்க அதிகம். மிக அபூர்வமாக ஐரோப்பிய சாகசப்பயணிகள் மட்டுமே இங்கே வருகிறார்கள். பொதுவாக மூர் சமவெளி முழுமையாகவே மனிதவாசம் அற்றது.

சாலையில் ஒரு அமெரிக்கரும் தோழியும் நடந்து வந்து கொண்டிருந்தனர். அப்பகுதியில் எங்குமே மனிதச்சுவடு இல்லை. வண்டியை நிறுத்தி 'என்ன விஷயம்?' என்று விசாரித்தோம். அருகே உள்ள பேருந்துப்பாதை வரை செல்வதாகச் சொன்னார்கள்.

'ஸோ கார் ஏரி எங்கே?' என்று கேட்டோம். அது பதினைந்து கி.மீ. தொலைவில் இருப்பதாகவும் அங்கிருக்கும் இடையர் கிராமத்தில் இருந்து அவர்கள் வருவதாகவும் சொன்னார்கள். 'நல்ல மனிதர்கள். நன்றாக உபசரிக்கிறார்கள்'

ஆனால் பதினைந்து கி.மீ. சென்றபின்னும் அதே நிலம் அப்படியே தொடர்ந்தது. மேலும் சென்று ஏரியைப் பார்ப்பதா திரும்புவதா என்ற குழப்பம். நடந்து செல்பவர்களை அப்படியே விட்டுவிட்டு வந்தது பற்றிய சங்கடம். சரி என்று திரும்பிவிட்டோம். அவர்களை வழியில் சந்தித்து ஏற்றிக்கொண்டோம்.

அமெரிக்காவைச் சேர்ந்தவர்கள் அவர்கள். அந்தப்பெண் டேராடூனுக்கு ஆய்வுநிமித்தமாக வந்தபின் இந்தியாமீது, குறிப்பாக இமயம் மீது பெரும் ஈடுபாடு கொண்டுவிட்டாள். அது அவளுடைய மூன்றாவது பயணம். அவரது இரண்டாவது பயணம்.

அவர்களின் பயணமுறையே வித்தியாசமானது. வண்டிகளை வைத்துக் கொள்வதில்லை. நடந்தே செல்வார்கள். வழியில் செல்லும் வண்டிகளில் லிஃப்ட் கேட்டு வாங்கிக்கொள்வார்கள். பெரும்பாலும் ராணுவ வாகனங்கள். சுற்றுலா வண்டிகள். அப்படித்தான் ஸோ கார் ஏரி வரைக்கும் சென்றிருக்கிறார்கள். ஆச்சரியமாக இருந்தது. 'இங்கே அபாயகரமாக உணரவில்லையா?' என்று கிருஷ்ணன் கேட்டார்.

'இந்தியா தனியாகச்செல்லும் பெண்களுக்கு ஆபத்தானது' என்றார்கள். 'மற்றபடி பிரச்சினை இல்லை' என்றாள் அந்தப்பெண்.

'அமெரிக்கா அளவுக்கு அபாயமில்லை. அங்கே எல்லாரிடமும் துப்பாக்கி இருக்கிறது' என்றார் அவர்.

'இமயமலையில் விதவிதமான இயற்கைத் தோற்றம் பிரமிக்கச் செய்வது' என்று அவள் சொன்னாள்.

அப்படி கிளம்பி ஆஸ்திரேலியாவிலோ அமெரிக்காவிலோ நாம் உலவுவது பற்றி கற்பனை செய்து பார்த்தேன். இன்னமும் நாம் சாகஸமென்றால் அறியாத எளிய நடுத்தரவர்க்க மனிதர்கள்தான். இப்போதுதான் ஆரம்பித்திருக்கிறோம்.

சட்டென்று அஜிதன் காட்டுக்கழுதையைக் கண்டான். மிகத் தொலைவில் தன்னந்தனியாக ஒன்று மேய்ந்துகொண்டிருந்தது. குதிரை என்றுதான் தோன்றியது. தொலைநோக்கியில் பார்த்தபோதுதான் நிமிர்ந்த தலையும் நீண்ட வாலும் கொண்ட கழுதை என்று புரிந்தது. அஜிதன் படமெடுத்தான். மூர் சமவெளியில் காட்டுக்கழுதைகள் கூட்டம் கூட்டமாக தென்படும் என்று கதை விட்டிருந்த கிருஷ்ணன் நிம்மதி அடைந்து 'ஒண்ணாவது தெரிஞ்சுதுல்ல?' என்று சமாளிக்க ஆரம்பித்தார்.

மூர் சமவெளியில் திபெத்திய புள்ளிமான்கள் (Tibetan Gazelles) திபெத்திய ஓநாய்கள் (Tibetan Wolves) உண்டு என்று வழிகாட்டிக் குறிப்புகள் சொன்னாலும் அவற்றைப் பார்ப்பதென்றால் அங்கேயே தங்கவேண்டுமென்று தோன்றியது. நாங்கள் செல்லவேண்டிய தொலைவு அதிகம்.

மீண்டும் லே-மணாலி சாலைக்கு வந்ததும் அவர்கள் இருவரும் இறங்கிக்கொண்டார்கள். ஓட்டுநர் ஆவலாக வெள்ளைக்காரியுடன் நின்று படம் எடுத்துக்கொண்டார். அவர்கள் இருவருடனும் நின்று படமெடுத்தபின் வெள்ளைக்காரரிடம் சற்று தள்ளி நிற்க முடியுமா என்று கேட்டு அவளிடம் மட்டும் நின்று படமெடுத்துக்கொண்டார். அவரும் அவளும் சிரித்துக்கொண்டே இருந்தார்கள்.

11

லே-மணாலி சாலை உலகிலேயே இரண்டாவது உயரமான சாலை என்று சொல்லப்படுகிறது. ஜம்முகாஷ்மீர் மாநிலத்தில் இருந்து இமாச்சலப்பிரதேசத்துக்குச் செல்லும் சாலை இது. தேசியநெடுஞ் சாலை 21 என இதை குறிப்பிடுகிறார்கள். சராசரியாக 13000 அடி உயரமுள்ளது இந்தச்சாலை. உச்ச உயரம் 17480 அடி. இந்த இடத்தை டாங்லாங் லா மலைக்கணவாய் (Tanglang La Pass) என அழைக் கிறார்கள். அதனை அடுத்து லாசுங் லா கணவாய் (Lachung La Pass). அது 16600 அடி உயரத்தில் உள்ளது.

மிகச்சிக்கலான, அபாயகரமான சாலை. கோடைகாலப்புழுதியைவிட குளிர்காலப்பனி உறுதியானது என்கிறார்கள். ஆனால் அதற்குள் இத்தகைய சாலைகளுக்கு பழகிவிட்டிருந்தோம். சன்ஸ்கர் சாலையில் சென்றபின் எதைப்பார்த்தாலும் இது பரவாயில்லை என்ற நிம்மதிதான் வந்தது.

இச்சாலையை நூற்றுக்கணக்கான சிறிய காட்டோடைகள் அறுத்து பள்ளத்திற்கு இறங்குகின்றன. குளிர்காலத்தில் இந்தப்பிரச்சினையும் இருக்காது போலும். இச்சாலை மோட்டார்சைக்கிளில் பயணம் செய்பவர்களின் வழக்கமான வழி. ஏராளமான வெள்ளைப்பயணி களையும் இந்தியர்களையும் கண்டோம். சிலர் சைக்கிள்களில் கூட வந்திருந்தார்கள்.

மலைப்பாதையில் இடிந்து சரிந்த இடங்களை சீர்செய்யும் பணி நடந்து கொண்டிருந்தது. பெரும்பாலும் பிகாரி கூலிப்பணியாளர்கள் அவ்வேலையைச் செய்கிறார்கள். குத்தகைத் தொழிலாளர்கள். பிகாரில் அவர்கள் இந்தக் குளிரையும் பனியையும் பார்த்திருக்க மாட்டார்கள். பீளைகூடிய கண்களும் வறண்ட உடல்களுமாக வேலை

லே-மணாலி நெடுஞ்சாலை

15302 அடியிலிருந்து சுழன்று சுழன்று இறங்கும் கடா பாதை
(Gata Loops) - 21 'U' வளையங்களைக் கொண்டது

செய்துகொண்டிருந்தார்கள். அருகே கட்டப்பட்ட கூடாரங்களில்தான் தங்கியிருக்கிறார்கள். குழந்தைகளும் சிறுவர்களும் கூட கண்ணுக்குப் பட்டனர். குடும்பம் குடும்பமாகக் கிளம்பி வந்துவிடுவார்களாக இருக்கும். எப்படி தாக்குப்பிடிக்கிறார்கள் என்றே தெரியவில்லை. இளவெயிலில் சில தொழிலாளர்கள் படுத்து இளைப்பாறிக் கொண்டிருந்தனர்.

•

சாலையில் சட்டென்று பனியைக் கண்டேன். சாலையோரமாக ஒரு வெண்பாறைபோல நீட்டி நின்றது. முதலில் அது பனி என்றே தெரிய வில்லை. தெரிந்ததும் வண்டியை நிறுத்திவிட்டு ஓடிச்சென்றோம். உண்மையில் தொடர்ந்து பனிமலைகளைப் பார்த்துவந்தாலும் நேரடியாக பனிமீது ஏறமுடியவில்லை. காரணம் செப்டெம்பர் என்பது லடாக்குக்கு உச்சகட்ட கோடைகாலம். சாலையோரங்களில் பனி கிடையாது. மலையிடுக்குப் பனிப்பாளங்களில் ஏற நினைப்பது தற்கொலைக்குச் சமம்.

பனிப்பாறை வெண்கல்லால் ஆனதுபோல இருந்தது. நண்பர்களுக்கு பனி அப்படி இருப்பதில் பெரிய வியப்பு. நானும் ஒருகாலத்தில் பனிப்பாறை என்றால் கண்ணாடிபோல, நம் குளிர்சாதனப்பெட்டியின் உள்ளே இருப்பதுபோல இருக்கும் என்றே நினைத்திருந்தேன். 1982ல் முதல்முறையாக பனிக்கட்டியைப் பார்த்ததும் அது பனிதான் என்று நம்ப மிகவும் சிரமப்பட்டேன்.

இரவெல்லாம் பொழியும் பனித்துகள்கள் ஒன்றன் மேல் ஒன்றாகப் படிந்து உருவாவது அந்தப்பாறை. பனித்திவலைகளுக்குள் காற்றும் மாட்டிக்கொள்கிறது. அது பனிப்பாளங்களுக்குள் சிறிய குமிழிகளாக ஆகி அடர்ந்திருக்கிறது. ஆகவே உறைந்த கண்ணாடிநுரைபோல பனிக்கட்டி மாறிவிடுகிறது. கையால் தொடும்போது சொரசொரப்பான மணற்பாறை என்ற எண்ணமே எழும்.

அதேபோல பனிப்பொழிவுள்ள இமயமலைப்பகுதிகளில் குவிந்து கிடக்கும் பனி பொருபொருவென்று இருக்கும். பழைய காலங்களில் கண்காட்சிகளில் பெரிய பனிக்கட்டிகளை அப்படி துருவி செந்நிறச் சாயமும் சாக்கரீனும் ஊற்றி தின்னத்தருவார்கள். காலைவைத்தால் அமுங்கி உள்ளே இழுக்கும் பனி அது. முழங்கால் உயரமான கம் பூட்டுக்குள்ளும் நுழைந்துவிடும்.

ஆனால் நீர்நிலைகள் மீது உருவாகும் பனிப்பாளம் இப்படி இருப்பதில்லை. அது கனமான கண்ணாடிப்பரப்பாகவே இருக்கும். இமயமலைப் பயணத்தில் அப்படிப்பட்ட பனிப்பாளம் மீது

கால்வைத்தபோது அது உடைந்தமையால் காயம்பட்ட ஒருவரை கண்டிருக்கிறேன். பனிப்பாளத்தின் விளிம்பில் அவரது கால் வெட்டுப் பட்டுவிட்டது. ரத்தம் பெருகியது. அதற்கு இருவர் கட்டுபோட்டுக் கொண்டிருந்தார்கள். உறைநிலையையிடத் தாழ்வாக வெப்பநிலை செல்லும்போது பனி கடுமை கொள்கிறது.

பனிக்கட்டி மீது தொற்றி ஏறிக்கொண்டோம். ஒரு கல்லை எடுத்து பனியைச் செதுக்கி ஒரு புடைப்புச்சிற்பம் செய்ய முயன்றேன். ஒரு புத்தரின் முகம். பனி சிதறல்களாகவே உடைந்தது. புத்தர் முகம் எனக்கு மட்டும்தான் தெளிவாகத் தெரிந்தது. மூக்கை உருவாக்கவே முடிய வில்லை. சரிதான், லடாக்கில் மூக்குக்கு என்ன முக்கியத்துவம் என நினைத்துக்கொண்டேன்.

அப்போதுதான் மேலே பாறையில் இருந்து பனி விழுதுகள் தொங்கு வதைக் கண்டோம். கண்ணாடிக்குழாய்கள் போல. மலைஊற்று துளித்து உறைந்த கூம்புகள். நான் பற்றி ஏறி ஒன்றை உடைத்தேன். கையில் உடை வாள் போல ஏந்திக்கொண்டேன். ஒளிவிடும் வாள்!

அஜிதனும் ஒரு உடைவாளை எடுத்துக்கொண்டான். நான் ஒரு கட்டாரியை எடுத்துக்கொண்டு காருக்குச் சென்றேன். தேவதேவன் இரண்டு பனிக்குறுவாட்களை எடுத்துக்கொண்டார். அப்பகுதியின் குளிரில் சிரிப்பு எங்கள் மூச்சுக்குள் பனிக்கட்டிகளைச் செருகியது. பனிக்கட்டிகளை கார் வரை கொண்டுசெல்வதற்குள் கைகள் உறைந்து உணர்விழந்தன.

காருக்குள் ஏறியபின்னரும் தேவதேவன் பனிக்கட்டிகளை கையிலேயே வைத்திருந்தார். 'வெளியே போடுங்க சார். உள்ள தண்ணியாகுதுல்ல' என்றார் கிருஷ்ணன். 'ஆமா இல்ல?' என்று வியந்தார் தேவதேவன்.

இச்சாலையின் உச்சி என்பது ரோடாங் கணவாய். (Rohtang Pass) வழக்கம்போல மூச்சுத்திணறச்செய்யும் உச்சி. அருகே பனிபடர்ந்த மலைகளின் கண்கூசும் வெண்ணிற ஒளி. ரோடாங் கணவாயில் வண்டியை நிறுத்திவிட்டு இறங்கிச்சென்று பார்த்தோம். சுற்றிலும் மௌனமலைகள். வானம் ஒளியுடன் கவிந்திருந்தது. மேகமே இல்லாத தூயநீலப்பரப்பு.

பனிக்காலத்தில் இக்கணவாய் முழுமையாகவே பனிப்பாளங்களால் மூடப்பட்டுவிடும். அக்டோபர் வரைக்கும்தான் இது பயணத்துக்கு உதவுமாம். மூச்சுத்திணறல் இருந்தது. ஒரு டீக்கடை இருந்தது. அங்கே காஷ்மீரி கஹ்வா கிடைத்தது. அது மூச்சுத்திணறலுக்கு மருந்து என்பது ஒரு தொன்மமாக இருப்பதனால் உண்மையிலேயே மூச்சுத்திணறல் குறைந்தது.

லே-மணாலி நெடுஞ்சாலையில் மணல்மேடுகள் போலவே தோற்றம் அளிக்கும் பாறைகள்... (Bagha Canyon - Sarchu Plateau)

ரோடாங் கணவாய்க்கு கீழே இமயமலை குலு சமவெளியை நோக்கி இறங்குகிறது என்பது மரபு. ஆனால் குலுசமவெளி மேலும் வெகுதூரத்தில் இருந்தது. ஒரு முழுப்பகலும் பயணம்செய்து சென்று சேரவேண்டிய தூரம். அங்கிருந்து பார்க்கையில் காலடியில் அலையலையாகக் கிடந்த மலைகளைத்தான் காணமுடிந்தது. அத்தனை மலைகளையும் இறங்கவேண்டும்.

●

சுழன்று சுழன்று இறங்குவது என்பது காற்றில் ஓர் இறகு இறங்குவது போன்றதுதான். அல்லது செம்பருந்து இறங்குவதுபோல. இந்த மலையில் இருந்து காரில், மோட்டாரில், கிளைடரில் இறங்கிச் செல்லலாம். எதில் சென்றாலும் கற்பனையில் ஏறிக்கொள்ளாவிட்டால் இதை கண்டறிய முடியாது.

மணல்மேடுகள் போலவே தோற்றம் அளித்த பாறைகள் வந்தன. காற்று வழிந்தோடிய தடங்களைச் சுமந்தவை. விதவிதமான சிற்ப வடிவங் களாக மாறிக்கொண்டிருந்தன அவை. நீள்வரிகள், குகைகள், வாசல்கள், தூபிகள், ஊசிக்கோபுரங்கள், மணல்தூண்கள். அவற்றின் விசித்திரங்களுக்கு அளவேயில்லை.

ஆச்சரியம்தான். வந்திறங்கிய நாள் முதல் பார்த்துக்கொண்டே இருந்த போதும்கூட இமயத்தின் மலைவடிவங்கள் ஒவ்வொரு கணமும் வியப்பிலாழ்த்தும் ஒரு புதுமையை முன்வைத்துக்கொண்டேதான் இருந்தன. ஒரு குகைவழி தோரணவாயில் போலவே இருந்தது. மலையின் கட்டை விரல் தூக்கி நிற்பதுபோல ஒரு பாறைக்குடைவு!

சாலையோரம் ஒரு பெரிய ஆற்றுப்படுகை தெரிய ஆரம்பித்தது. அது சந்த்ரா ஆறு. அந்தப்படுகைக்கு லாஹெள படுகை என்று பெயர். காற்று மலையை அரித்து மணலாக்கி கொட்டிவைத்த மேடுகளை நீரோட்டம் அரித்து முந்நூறடி ஆழத்தில் வளைந்தோடியது. இருபக்கமும் மணற்கரை நீரோடிய வரலாற்றை பதிவுசெய்து வைத்துக்கொண்டு நின்றது.

அமெரிக்காவின் கிராண்ட் கான்யனின் சிறிய பதிப்பு. அதேபோல ஆறு வழித்தோடிய விளிம்பு நிலம். அதேபோன்ற செம்மண் சிலைகளாலான படுகை. அதில் வெயில் உருவாக்கும் ஒளிநிழல் கோலங்கள். இறங்கி கரையோரம் நின்றோம். எங்கோ ஒரு கணத்தில் வடிவம் என நாம் நினைப்பதை நோக்கி இந்த அவடிவங்களை இழுப்பதை நாம் விட்டு விடுகிறோம். நம் உள்ளமும் இத்தகைய மானுட அர்த்தத்துக்கு அப்பாற்பட்ட வடிவங்களாக ஆகிவிடுகிறது.

விதவிதமான பொருட்கள் மீது மணலால் ஆன போர்வையைப்போட்டு மூடியதுபோல என்று தோன்றியது. டிவி, குடம், மேஜை,

நாற்காலிகள்... இதென்ன குழந்தைத்தனமான கற்பனை என்ற எண்ணம் மறு கணம் வந்தது. மீண்டும் மனம் வடிவங்களுக்காக ஏங்குகிறது. தியானத்தில் எல்லையின்மையை உதறி இகவுலகத்துக்கு பிடிவாத மாகத் திரும்பும் பிரக்ஞையைப்போல.

மணல் வழியின் ஆழத்தில் நீல ரேகை போல வளைந்து ஒளிவிட்டுக் கிடந்தது ஆறு. மரகதத்தால் ஆன ஒரு நெக்லஸ் என்று தோன்றியது. மதியவெயிலில் அதன் பச்சை இன்னும் ஆழ்ந்த வண்ணம் கொண்டிருந்தது.

மணாலி சாலையின் அற்புதம் என்பது இமயம் மெல்ல மாறுபட ஆரம்பிப்பதுதான். காஷ்மீரில் இருந்து நாங்கள் இமயத்தின் ஆழத்துக்குள் வந்திருந்தோம். மழைப்பசுமை உள்ள மலைச்சரிவுகளில் இருந்து மழைமறைவுப்பகுதியான உச்சிநிலம் நோக்கி. அந்தப்பயணம் நுப்ரா பாலைவனம் வரைக்கும் சென்றது. மேலும் சற்று சென்றிருந்தால் கோபி பாலைவனம்தான். நுப்ரா கோபி பாலையின் முந்தானை நுனி.

●

இப்போது மீண்டும் மலையின் வெளிவிளிம்பு நோக்கிச் செல்ல ஆரம்பித்திருந்தோம். பாலையில் இருந்து பசுமை நோக்கி. நிலம் நீர்க்களை கொண்டபடியே வந்தது. பச்சைப்புதர்ச்செடிகள் செறிந்த மலைச்சரிவுகள். மலைமடிப்புகளில் சிறிய காடுகள் பச்சைநீரோடை போல வழிந்து நின்றன. சில இடங்களில் மேற்குமலைத்தொடர்களில் எங்கோ பயணம்செய்யும் பிரமை ஏற்பட்டது.

மலைச்சரிவில் ஒரு ஓநாயைக் கண்டோம். மேலே இருந்து நம்ப முடியாத வேகத்தில் பாய்ந்து சரிவிறங்கி மறைந்தது. அஜிதன் காமிராவை எடுப்பதற்குள் அதன் வாலசைவு புதருக்குள் அமிழ்ந்து விட்டது.

ஆனால் பமாற்றம் விரைவிலேயே மறைந்தது. மிக அபூர்வமானவை என்று அவன் சொன்ன பறவைகள் இரண்டை உடனடியாகக் கண்டோம். இமாலயச் செம்பருந்து (Golden Eagle) பூமியின் வடக்குப் பகுதியில் வாழக்கூடியது. இமாலயத்துக்கு கீழே அது இல்லை. மிக உயரத்தில் பறக்கக்கூடிய அந்தப்பறவையை நாங்கள் எங்களுக்கு மிக கீழே கண்டோம். நீரில் சுழலும் மீன்போல காற்றில் வட்டமிட்ட அதன் முதுகை பார்க்கமுடிந்தது.

இன்னும் சற்று நேரத்தில் இன்னும் பெரிய ஒரு பறவையைக் கண்டோம். தாடிப்பருந்து என்று சொல்லப்படும் லாம்மாகீர் (Lammer-geier). மிக உயரத்தில் பறக்கும் அந்தப்பறவை, பிற பறவைகள் மற்றும்

மிருகங்கள் உண்டு மிச்சமிட்ட எலும்புகளைப் பொறுக்கிக்கொண்டு மிக உயரத்துக்குச் சென்று பாறைகள் மீது போடும். அவை உடைந்ததும் பொறுக்கி உள்ளே உள்ள மஜ்ஜையை உண்ணும்.

இதை நான் நேஷனல் ஜியாக்ரஃபிக் சானலின் நிகழ்ச்சியில் கண்டிருக்கிறேன். இந்தியாவில் வேறெங்கும் இந்தப்பறவை இல்லை. மிக அபூர்வமான இப்பறவையை குலு சமவெளிக்குமேல் சுற்றிக் கொண்டிருக்கும் நிலையில் மிக அருகே காணமுடிந்தது.

'செம்பருந்து செத்த மிருகங்களோட உடம்ப சாப்பிடணும். இந்த வெட்டவெளியிலே மிருகங்களே கம்மி. அது ரொம்பதூரம் பறக்கணும். செம்பருந்து தின்னுட்டு விட்டுட்டுப்போன எலும்ப லாம்மாகீர் சாப்பிடணும். அதனால அது இன்னும் பத்துமடங்கு பறக்கணும்' என்றான் அஜிதன். லாம்மாகீர் இமயமலையின் சர்வேயர் போல என்று நினைத்துக்கொண்டேன்.

மலையிறங்க இறங்க ஆச்சரியங்கள். சாலையைக் கடந்துசென்ற ஒரு சிறிய வளைகொம்பு மான்கூட்டத்தைக் கண்டோம். ஹிமாலயன் ஐபெக்ஸ் (Ibex) என அழைக்கப்படும் இந்தச் சிறிய மான் மிக வெட்கம் கொண்டது. அதிகம் தென்படாது என்றார்கள். ஆனால் சர்வசாதாரண மாக எங்கள் வழியை தாண்டிச்சென்றன. கடந்துசென்ற ஒரு லாரியையும் பெரிதாகப் பொருட்படுத்தவில்லை.

சட்டென்று இரு மான்கள் துள்ளி கொம்புகளால் முட்டிக்கொண்டன. அவற்றை படமெடுத்துக்கொண்டிருந்த அஜிதனால் கச்சிதமாக அந்தச் சிறு சண்டையை பதிவுசெய்ய முடிந்தது. அவனுக்கு தலைகால் புரியாத மகிழ்ச்சி. 'இனிமே ஒரு ஸ்நோ டைகர மட்டும் பாத்துட்டா போரும் அப்பா' என்றான். பேராசைக்கு அளவே இல்லை.

மணாலி நோக்கி இறங்க இறங்க சாலையின் இருபக்கமும் பசுமை பெருக்கெடுக்க ஆரம்பித்தது. மலைகளின் இயல்பு மாறியது. லடாக் இமயமலை என்ற கட்டடத்தின் கூரை என்றால் மணாலி அதன் அடித்தளம். பாறைகள் மிக உறுதியானவையாக கன்னங்கரேலென இருந்தன. அவை முழுக்க மலையில் இருந்து ஊறிய நீரால் நனைந்து வெடிப்புகளில் ஊறிச் சொட்டிக்கொண்டிருந்தன. அந்த நீர்த்தாரைகள் வளைவுகளில் இணைந்து வெண்ணிறமான ஓடைகளாக வழிந்து சென்றன.

மேலும் கீழே செல்லச்செல்ல நான்குபக்கமும் மலையருவிகள் வழியும் கரும்பாறைகளால் சூழப்பட்டோம். மலையருவிகள் தூரத்தில் பார்க்கையில் வெள்ளிச் சரிகையை பாறைமேல் போட்டதுபோல வளைந்து சுருங்கி நெளிந்து ஒளிவிட்டுக்கிடந்தன. அருகே

மணாலி நோக்கி இறங்கி செல்லும் போது -
ராணி நல்லா என்னும் நீர்வீழ்ச்சி

ஆறுகளுக்குக் குறுக்கே இரும்புப்பாலங்கள்

மணாலி நோக்கி இறங்கி செல்லும் போது - மண்புழுக்கூட்டம் போல
பின்னிப்பின்னி நெளிந்துசென்ற பாதைகள்

மணாலி

நெருங்கும்போது பலத்த ஒலியுடன் சாலையைக் கடந்து கீழே கொட்டிச் சிதறி ஓடிமறைந்தன.

மனிதவாழ்க்கையும் மாற ஆரம்பித்தது. கனத்த ஸ்வெட்டர் போட்ட இடையர்கள் கூட்டம் கூட்டமாக செம்மறிகளை ஓட்டிச்சென்று கொண்டிருந்தார்கள். செம்மறிகள் சமீபத்தில் முடிவெட்டப்பட்டவை. கத்தரித்தடங்களுடன் ஒன்றை ஒன்று முட்டிக்கொண்டு சென்றன. ஸூரு ஆற்றில் கலங்கல் வெள்ளம் முட்டிப்பெருகிச் செல்வதுபோல என்று தோன்றியது. இடையர்களும் கொஞ்சம் வசதியானவர்களாக இருந்தனர். பலரிடம் சிறிய டிரான்ஸிஸ்டர் ரேடியோக்கள் இருந்தன. அவை அவர்களுக்கு செய்தித் தொடர்புக்கும் உதவும் போலும்.

மணாலியில் இருந்து வரும் இந்தச்சாலை சில இடங்களில் நன்றாக உள்ளது. சில இடங்களில் வெறும் சேற்றுக்குழம்பல். காட்டாறுகள் மலைமீதிருந்து பொங்கி வழிவதனால் உறுதியான சாலை அமைப்பது கடினம் என்று படுகிறது. ஆறுகளுக்குக் குறுக்கே ராணுவம் கட்டிய தற்காலிக இரும்புப்பாலங்கள்தான். பாலங்களின் இரும்புப்பாளங்கள் மீது வண்டிகள் ஏறும்போது பாலம் கூக்குரலிட்டது. மிக அபூர்வமாக சிமெண்ட் பாலங்கள் இருந்தன. பல இடங்களில் பாலங்களை கட்டிக் கொண்டிருந்தார்கள்.

காஷ்மீர் பற்றிய அச்சம் இமாச்சல பிரதேசத்தைப்பற்றி இல்லை என்பதனால் இமாச் சலப்பிரதேசத்துக்குத்தான் அதிகம் பயணிகள் வருகிறார்கள். அவர்களுக்கு இமயமலை தரிசனம் என்பது இந்த மலைப் பாதைதான். இதன் பாதித்தொலைவு வந்தாலே ஓங்கி நிற்கும் பனிமலை முகடுகளை பார்த்துவிடலாம். சாலைமுழுக்க அருவிகள் கொட்டிக்கொண்டிருக்கும். நின்று புகைப்படம் எடுத்துக்கொள்ள நூற்றுக்கணக்கான இடங்கள்.

நாங்கள் சென்ற வழியெல்லாம் காதலிகள் காதலர்களின் காமிராக் களுக்கு 'போஸ்' கொடுத்துக்கொண்டிருந்தனர். ஒரு தேனிலவு தாண்டி விட்டால் எந்த சினிமாவிலும் கூச்சமில்லாமல் நடிக்க முடியும் என நினைத்துக்கொண்டேன்.

வழியில் நிறுத்தி ஆளுக்கொரு சோளக்கொண்டை வாங்கிக் கொண்டோம். ஏற்கெனவே சுட்டு வைத்திருந்த சோளத்தை மேலும் சுட்டு தந்தார் கடைக்காரர். சுவையாகத்தான் இருந்தது. வெறும் தானியம் போல மணமிக்க இன்னொரு உணவு இல்லை.

சாலையின் இருபக்கமும் 'தொங்கும்' காடுகள். அவை சரிவில் அமைந்திருந்தாலும் சாலையில் இருந்து பார்க்கையில் செங்குத்தாகத் தொங்குவதுபோல, ஒரு மரத்தின்மேல் இன்னொரு மரம் ஏறி

நிற்பதுபோலத்தான் தெரிந்தன. காட்டை ஒரு பெரும் திரைச்சீலை யாகத் தொங்கவிட்டிருப்பது போலிருந்தது.தொங்கும் காடுகள் என்பது நித்ய சைதன்ய யதியின் மாணவரும் அமெரிக்கக் கல்வியாளருமான பீட்டர் மொரேஸின் வரி. அவர் மேற்கு மலைச்சரிவில் செய்த பயணத்தில் மழைக்காடுகளைக் கண்டு வியந்து எழுதியது அது. கைப்பிடியளவுக்கு காடு என்ற அவரது வரியும் நினைவுக்கு வந்தது. மேற்குமலையில் காடு உருவாவதற்கு அதிக இடமே தேவையில்லை. யானை முதுகில்கூட மெல்லிய காடு முளைத்திருப்பதை கண்டிருக்கிறேன்.

இமயத்தின் இப்பகுதி முழுக்க விதவிதமான மலைப்பாதைகளைக் காணமுடிந்தது. மண்புழுக்கூட்டம் போல பின்னிப்பின்னி நெளிந்து சென்ற பாதைகள். அவை பல்வேறு இடையர் கிராமங்களுக்குச் சென்று முடிபவை. கிராமங்களை அந்த நூலால் கட்டி காட்டுக்குள் மூழ்கடித்து போட்டிருக்கிறார்கள். அவற்றைப்பிடித்து இழுத்து அக்கிராமங்களை மேலே எடுக்கமுடியும்.

சாலையிலிருந்து பார்க்கையில் அந்த சின்னச்சாலைகளில் மனிதர்கள் மெதுவாக நடந்துசெல்லும் காட்சி ஒரு கனவை எழுப்புகிறது. மிகச்சிறிய மனிதன். மிகமிகச்சிறியவன். ஆனால் அவனுக்கு மலைகள் போதாமலாகிவிட்டிருக்கிறது. கூட்டமாக அவன் மலைகளைவிட பிரம்மாண்டமானவன்.

மக்களின் முகங்களும் மாற ஆரம்பித்துவிட்டிருந்தன. மஞ்சள் இன மக்களை அநேகமாக எங்குமே காணமுடியவில்லை. சாலையோரம் தென்படக்கூடிய வணிகர்கள் பெரும்பாலும் செந்நிறத்தோற்றம் கொண்டவர்களாகவும் மலையிடுக்குகளில் ஆடுகளுடன் செல்பவர்கள் இருண்ட நிறத்தில் நம்மூர் சாயல் கொண்டவர்களாகவும் இருந்தார்கள்.

மலைச்சரிவில் கிளைடர் விமானத்தில் ஏறி பறப்பதற்காக சுற்றுலாப் பயணிகளை கூவி அழைத்துக்கொண்டிருந்தனர். மிகவும் பணச் செலவுள்ள ஒரு சாகஸம். எங்கள் முன்னால் காற்றில் கிளைடரில் ஏறிய இருவர் வானில் வட்டமிட்டுக்கொண்டிருந்தார்கள். கீழே மின்கம்பிகள் ஓடிக்கொண்டிருந்தன. நேரே சென்று அதில் அமர்ந்துவிட்டார் களென்றால் என்னாவது என்று எண்ணிக்கொண்டேன்.

மியாமியில் சிரில் அலெக்ஸ் குடும்பத்துடன் சென்று நான் ஒரு பாரா கிளைடரில் ஏறியிருக்கிறேன். வானில் பறந்து நின்றபோது எனக்கு ஒரு விதமான பயமும் சிறிய ஏமாற்றமும்தான் உருவாகியது. எனக்கு எப்போதுமே நேரடியான சாகஸங்களில் ஈடுபாடில்லை. அவை கற்பனைத்திறன் இல்லாதவர்களுக்குரியவை என்ற எண்ணம் எப்போதும் உண்டு.

எனக்கு கற்பனையை தூண்டுமளவுக்கு மட்டும் பயணங்களும் சாகஸங்களும் இருந்தால் போதும். அதற்காக நான் என் நினைவறிந்த நாள் முதல் அலைந்தபடியே இருக்கிறேன். என் உடல் சென்ற பயணங்களை விட என் அகம் சென்ற பயணங்கள் மிக அதிகம். சாகஸங்களைச் செய்யும்போதெல்லாம் இது நான் கற்பனைசெய்த அளவுக்கு இல்லையே என்ற எண்ணம்தான் ஏற்படும். வந்திருக்கா விட்டால் என் கற்பனை இன்னும் மகத்தானதாக இருந்திருக்குமே என்று எண்ணுவேன்.

இந்த நிலக்காட்சிகள் மகத்தானவை. ஆனால் இவை என் கனவில் வருகையில் அற்புதமானவையாக ஆகிவிடுகின்றன. ஒருபோதும் நான் உள்ளுக்குள் கண்ட நிலங்களை வெளியே கண்டதில்லை. நிலங்களை கலந்துபிசைந்து பொன்னிலங்களை உருவாக்கும் ஒரு குழந்தை எனக்குள் உள்ளது. அதற்கு விளையாட்டுக்கு மூலப்பொருள் சேர்க்கவே நான் பயணம் செய்கிறேன்.

தனிப்பட்ட முறையில் எனக்கொரு கொள்கை உண்டு. நிலக்காட்சி களையும், உணர்ச்சிகளையும் மொழியால் சித்தரிக்க முடிபவனே இலக்கியவாதி. சித்தரிப்பு ஒரு போதும் அதன் இலக்கை எட்டுவ தில்லை. ஆனால் மொழி அதன் உச்சகட்ட சாத்தியத்தை அந்த முயற்சி வழியாகவே அடைகிறது.

மணாலியிலேயே தங்கலாமென்பதே எங்கள் திட்டமாக இருந்தது. ஆனால் மணாலி சாலையே ஒரு சுற்றுலாக் கொண்டாட்டமாக இருந்தமையால் அந்தத் திட்டத்தை மாற்றிக்கொண்டோம். அங்கே எங்கும் தங்காமல் முடிந்தவரை சண்டிகர் அருகே வரை சென்று இரவு தங்கிவிட்டு காலையில் டெல்லிக்குச் செல்வதாக முடிவுசெய்தோம்.

12

மணாலி சண்டிகர் வழியில் உண்மையில் இரவு மிகுந்த சிக்கலுக் குள்ளானோம். மணாலியில் நாங்கள் தங்கவில்லை. மணாலிச் சாலை யோரம் ஓர் திபெத்திய அம்மா கூடாரம் கட்டி உணவகம் அமைத் திருந்தார்கள். அங்கே காலைச்சாப்பாடு சாப்பிட்டோம். அங்கிருந்து இரவுணவு உண்பது வரை கிட்டத்தட்ட பதினாறு மணிநேரம் தொடர்ச்சியான பயணம்.

மலையிறங்கியபின் அந்த அம்மணியை நினைத்துக்கொண்டோம். அபாரமான சுறுசுறுப்பு. சமையல் பரிமாறுதல் கணக்குச் சொல்லுதல் எல்லாமே அவர்கள்தான். பாடிக்கொண்டே இருந்தார்கள். எங்கள் ஊர் கன்யாகுமரி என்று கேட்டறிந்து மகிழ்ச்சி அடைந்தார்கள். டெல்லிக்கு அப்பாலிருந்து வந்திருக்கிறார்கள் என்ற நிறைவு. கல்லைப்பிடித்துப் போட்டு மேஜையும் இருக்கைகளும் செய்யப்பட்டு மேலே கூடாரம் வேயப்பட்ட கடை. இருக்கையிலேயே படுக்கவும் செய்யலாம். சோளச்சப்பாத்தி, மாகி உணவு கிடைக்கும்.

குளிர்காலத்தில், அம்மணி சம்பாதித்த பணத்துடன் லடாக்கின் உள்கிராமத்துக்கு சென்றுவிடுவார்களாம். அங்கே மற்ற உயிர்களைப் போல அவரும் பனித்துயிலில் ஈடுபடவேண்டியதுதான். அதற்கு புத்தர் நாமங்களை ஜெபிப்பது என்று பெயர்.

பகலெல்லாம் இறங்கி மணாலி வந்து அதை புயல்போலத் தாண்டிச் சென்றோம். இமாச்சலப்பகுதி கேரளத்தை நினைவூட்டியது. இருபக்கமும் அடர்ந்த ஈரப்பசுமை. மழையை மட்டுமே கவனித்து கட்டப்பட்ட வீடுகள். மரத்தாலான ஒற்றை பால்கனி கொண்ட வீடுகள் தான் இமாச்சலின் பழையபாணி கட்டடங்கள் என்று தெரிந்தது. பழைய பேருந்துகள் உறுமியபடி ஓடிக்கொண்டிருந்தன. கல்லூரிக்கும

டியூஷனுக்கும் கம்ப்யூட்டர் படிக்கவும், இளம்பெண்களும் பையன்களும் சென்று திரும்பிக் கொண்டிருந்தார்கள். கேரளமேதான்.

சட்லெஜ் பியாஸ் இரு ஆறுகளும் மணாலி வழியாக குறுக்கும் நெடுக்கு மாக ஓடுகின்றன. சாலையின் ஒரு பக்கம் பெருநீர்க்கொந்தளிப்புடன் கலங்கி ஓடிக்கொண்டிருந்தது பியாஸ் நதி. ரோடாங் கணவாய் அருகே உள்ள பியாஸ்குண்ட் என்ற சிறிய ஏரியில் உருவாகும் பியாஸ் நதியின் நூற்றுக்கணக்கான கிளைகளைத்தான் சாலையில் தாண்டி வந்திருந்தோம். பியாஸ் அங்கிருந்து பஞ்சாபுக்குள் சென்று பஞ்சாபின் ஐந்து பெரும் நதிகளில் ஒன்றாகி பஞ்சாபின் வண்டல்பெருவெளியை சமைக்கிறது.

சாலையோரத்தில் பியாஸ் மிகமிக ஆழத்தில் ஓடுகிறது. நதிக்கு மறுபக்கம் ஓங்கிய மலைகள். மலைகள் முழுக்க வீடுகள், தோட்டங்கள். கிராமங்களே கூட வானில் தொங்குவதுபோலத் தெரிந்தன. அங்கிருந்து மையச்சாலையான தேசிய நெடுஞ்சாலை 21 க்கு வர ஊர்மக்களே கயிற்றுவண்டி வழியை உருவாக்கியிருந்தார்கள். பெரிய இரும்புக்கயிற்றில் தொட்டி போல கட்டி அதில் சரக்குகளை ஏற்றி இந்தப்பக்கம் இருந்து இழுத்து எடுத்துக்கொள்கிறார்கள். ஆட்களும் ஒருவர் இருவராக அதில் வரமுடியும்.

சாலையோரமாக இருந்த மாபெரும் சிவன்கோயில் புதியதாகக் கட்டப் பட்டது. காளி சிலையும் நந்தி சிலையும் கான்கிரீட்டில் அபத்தமாக வார்க்கப்பட்டு சாலையருகே நின்றன. கோயிலுக்குப் பின்பக்கம் ஒரு தொங்குபாலம் மறுபக்கமுள்ள மலைக்கிராமம் நோக்கிச் சென்றது. அந்த இடத்தில் பியாஸின் அகலம் மிகமிகக்குறைவு.

நாங்கள் ஒருவழியாக மலையடிவாரத்தை அடையும்போது அந்தியாகி விட்டது. எங்காவது தங்கலாமென்று நினைத்தால் வெறும் காடுதான் இருந்தது. அருகே எந்த ஊரில் தங்குமிடமிருக்கிறது என்று தெரிய வில்லை. நேரம் ஆகிக்கொண்டே இருந்தது. நல்லவேளையாக மலைப் பாதை அல்ல. இருந்தாலும் ஓட்டுநர் களைத்திருந்தார்.

காட்டுப்பாதையில் ஒருவர் கைகாட்டினார். அங்கே பழுதாகி நின்ற டிரக்கின் ஓட்டுநர். அவரை ஏற்றிக்கொண்டோம். அதன் டீசல் பைப் உடைந்துவிட்டது என்றார். அசோக் என்று பெயர் சொன்னார். அவர் செல்லவேண்டிய இடம் புல்லு. அதற்கு அப்பால் விடுதிகள் உண்டு என்றார். அவரை இறக்கிவிட்டுவிட்டு மேலும் இருபது கி.மீ. சென்ற பிறகும் விடுதி அமையவில்லை.

ஒருவழியாக இரவு பத்துமணிக்கு ஒரு விடுதியை அமர்த்திக் கொண்டோம். எந்த ஊரென்பதே நினைவில் இல்லை. நாங்கள்

மறுநாள் மதியம் பன்னிரண்டு மணிக்கெல்லாம் டெல்லி விமான நிலையத்தில் இருந்தாகவேண்டும். ஆகவே அதிகாலை நான்கு மணிக்குக் கிளம்புவதென்று முடிவெடுத்தோம். படுத்து இளைப்பாற முடியவில்லை. காலையில் உச்சிமலை மாலையில் அடிவாரம் என்பதை உடல் அங்கீகரிக்க மறுத்தது.

கண்மூடித் தூங்க முற்பட்டால் பிம்பங்களின் கொந்தளிப்பு. மொட்டை மலைகளும் பனிப்பாலைகளும் அதற்குள் கனவுக்குத் தள்ளப்பட்டு விட்டன. பச்சைமலைச்சரிவுகள்தான் யதார்த்தமாக இருந்தன. மெல்ல தூங்கிவந்ததாகத்தான் தோன்றியது. கிருஷ்ணன் வந்து கதவைத் தட்டினார். 'சார் மணி மூணரை...'

அதிகாலையில் தூக்கத்திலேயே சண்டிகரை தாண்டிச்சென்றோம். உக்கிரமான ரசாயன வாடை சண்டிகரின் தொழில்வளர்ச்சியை எங்களுக்கு உணர்த்தாமலில்லை. அதன்பின் பெருமழை வீற ஆரம்பித்தது. நடனமிடும் துடைப்பானின் வழியாக சாலையே ஒரு பெரிய ஆறுபோலத் தெரிந்தது. அதில் நீந்தும் மனிதக்கால்கள். கார் துடுப்புத்துழாவலில் நகர்வதுபோல முன்னால் சென்றது.

ஒரே வீச்சில் இமாச்சலப் பிரதேசத்தைத் தாண்டி பதினொரு மணிக் கெல்லாம் டெல்லி சுற்றுப்புறத்தை அடைந்தோம். டெல்லி விமான நிலையத்தை தேடிக் கண்டுபிடித்துச்செல்ல மேலும் ஒரு மணிநேரம். விமானநிலையத்திற்குள் பன்னிரண்டு மணிக்கு நுழைந்தோம். கெ.எஃப்.சி சென்று சைவ பர்கரும் கோக்கும் சாப்பிட்டோம்.

அன்று மாலை ஐந்துமணிக்கு கோவை. விமானநிலையத்துக்கு ஷிமோகா ரவியும் அரங்கசாமியும் வந்திருந்தார்கள். கோவையின் இதமான வெப்பநிலையைக்கூட மெல்லிய வெக்கையாக உணரும்படி உடல் மாறிவிட்டிருந்தது. வெளியே இறங்கி நின்றபோது பத்துநாட்கள் நீண்ட ஒரு பெரும் கனவிலிருந்து விழித்ததாகத் தோன்றியது.